SÁCH NẤU ĂN CỦA NGƯỜI CHẠY

100 công thức nấu ăn ngon và tốt cho sức khỏe dành cho người chạy bộ. Tiếp thêm năng lượng cho các buổi chạy của bạn với Sách dạy nấu các bữa ăn và đồ ăn nhẹ bổ dưỡng của chúng tôi

Vân Ngọc

từ chối trách nhiệm

Thông tin trong cuốn sách này nhằm mục đích phục vụ như một bộ sưu tập toàn diện các chiến lược mà tác giả của cuốn sách này đã thực hiện nghiên cứu. Tóm tắt, chiến lược, mẹo và thủ thuật chỉ được tác giả đề xuất và việc đọc Cuốn sách này sẽ không đảm bảo rằng kết quả của một người sẽ phản ánh chính xác kết quả của tác giả. Tác giả của cuốn sách đã thực hiện tất cả các nỗ lực hợp lý để cung cấp thông tin hiện tại và chính xác cho độc giả của cuốn sách. Tác giả và các cộng sự của nó sẽ không chịu trách nhiệm pháp lý cho bất kỳ lỗi hoặc thiếu sót không chủ ý nào có thể được tìm thấy. Tài liệu trong Sách có thể bao gồm thông tin từ bên thứ ba. Tài liệu của bên thứ ba bao gồm các ý kiến được thể hiện bởi chủ sở hữu của họ. Do đó, tác giả của Cuốn sách không chịu trách nhiệm hoặc trách nhiệm pháp lý đối với bất kỳ tài liệu hoặc ý kiến của bên thứ ba nào. Cho dù là do sự phát triển của internet hay do những thay đổi không lường trước được trong chính sách của công ty và nguyên tắc gửi biên tập, những gì được coi là sự thật tại thời điểm viết bài này có thể trở nên lỗi thời hoặc không thể áp dụng được sau này.

GIỚI THIỆU

Như trong trường hợp chế độ ngủ, tính nhất quán cũng là cơ sở của thức ăn và dinh dưỡng hàng ngày ngay trước cuộc đua. Dinh dưỡng tốt trong vài ngày trước cuộc thi sẽ giúp ích phần nào, nhưng sẽ không khắc phục được tình trạng sau vài tuần suy dinh dưỡng. Một vấn đề cần thiết khác là dinh dưỡng ngay trước cuộc đua. Đây là một câu hỏi cụ thể, cũng như mức độ tập luyện và lựa chọn chiến thuật chạy, nhưng nó phải dựa trên các nguyên tắc vững chắc.

Một số vận động viên cảm thấy khó chịu khi họ chạy với cái bụng đầy. Những người khác thích ăn ngay trước cuộc đua hoặc bài tập nặng. Làm những gì phù hợp nhất với bạn. Bạn không nên ăn gì hoặc hầu như không ăn gì ít nhất 3-4 giờ trước cuộc đua. Cho đến thời điểm này, cần phải ăn thực phẩm giàu carbohydrate: các sản phẩm bánh mì, gạo, mì ống. Hầu hết các vận động viên đều dung nạp tốt thức ăn này vào ngày chạy và đêm trước. Một số vận động viên đang cố gắng nạp nhiều protein và thậm chí cả chất béo dưới dạng trứng, đồ nướng, thịt, nhưng những thực phẩm này nên được ăn sớm vì quá trình hấp thụ cần nhiều thời gian hơn. Quan sát điều độ. Và vẫn - thử nghiệm. Ăn một bữa ăn khác vào đêm trước của các buổi tập luyện hoặc trước các cuộc thi quan trọng nhất và xem điều đó ảnh hưởng đến kết quả của bạn như thế nào.

Phát triển thói quen uống và nạp carbohydrate trong 4 giờ sau một buổi thi đấu hoặc tập luyện. Tại thời điểm này, hãy ăn và uống với khẩu phần nhỏ l mỗi 30 phút để tiêu thụ khoảng 2 gam carbohydrate cho mỗi kg w8 của bạn mỗi giờ. Điều này đẩy nhanh quá trình phục hồi lượng dự trữ glycogen đã cạn kiệt, điều này rất quan trọng, đặc biệt là sau các cuộc đua đường dài. Cuộc đua hoặc buổi tập càng kéo dài thì chế độ dinh dưỡng sau đó càng quan trọng. Dưới đây là một số Siêu thực phẩm dành cho người chạy bộ:

- trứng
- chuối
- Cà chua
- Hạt Chia
- tảo xoắn
- quả anh đào
- Em yêu
- diêm mạch
- nho đen
- Sữa
- Hạt ca cao thô hoặc bột ca cao
- Củ cải
- Tỏi
- gừng

BỮA SÁNG

1. Sữa chua với ngũ cốc và dâu tây

Thực hiện: 4 phần ăn

THÀNH PHẦN:

- Những trái dâu tây tươi
- 1 sữa chua
- Mật ong
- quả hạnh

HƯỚNG DẪN:

a) Trong một cái bát, thêm dâu tây.

b) Đổ sữa chua lên trên và rắc ngũ cốc.

2. Trứng với Serrano Ham Tortilla Wrap

Thực hiện: 4 phần ăn

THÀNH PHẦN:

- 4 bánh ngô hoặc lúa mì
- 4 quả trứng
- 4 muỗng canh nước sốt cà chua tự làm
- một nắm cải bó xôi hoặc cải xoong
- 8 muỗng canh phô mai Gruyere
- 8 lát giăm bông Serrano
- Muối và tiêu.

HƯỚNG DẪN:

a) Làm nóng lò ở 180ºC. Ở một khay chịu nhiệt, 4 bánh ngô hoặc lúa mì phết một thìa cà chua chiên lên mỗi cái.

b) Trải rau bina hoặc cải xoong lên trên cà chua và đặt một quả trứng vào giữa bánh kếp.

c) Nêm hạt tiêu và rắc phô mai xung quanh trứng.

d) Nướng 10-12 phút và thêm 2 lát giăm bông vào mỗi chiếc bánh ngay trước khi ăn.

3. Thịt xông khói cổ điển với trứng

THÀNH PHẦN:

- 8 quả trứng
- 150 g thịt xông khói
- Cà chua bi thái lát
- Muối và hạt tiêu cho vừa ăn
- Rau mùi tây sạch

HƯỚNG DẪN:

a) Chiên thịt xông khói cho đến khi giòn. Đặt sang một bên trên đĩa.

b) Chiên trứng trong mỡ thịt xông khói theo cách bạn muốn.

c) Cắt đôi quả cà chua bi và chiên cùng lúc.

d) Phục vụ và nêm muối và hạt tiêu.

e) Trang trí với mùi tây.

4. Frittata phô mai dê và nấm

THÀNH PHẦN:

TRỨNG TRỘN THỊT CHIÊN:

- 150 g nấm rơm
- 75 g rau muống tươi
- 50 g hẹ
- 50 g bơ
- 6 quả trứng
- 110 g phô mai dê
- Muối và tiêu đen xay

PHỤC VỤ:

- 150 g rau lá xanh
- 2 muỗng canh dầu ô liu
- Muối và tiêu đen xay

HƯỚNG DẪN:

a) Làm nóng lò ở nhiệt độ 175°C (350°F).

b) Bào hoặc nghiền phô mai và trộn vào bát với trứng. Muối và hạt tiêu cho vừa ăn.

c) Cắt nấm thành miếng nhỏ. Cắt hẹ.

d) Hòa tan bơ trên lửa vừa trong chảo thích hợp cho lò nướng và chiên nấm và hành tây trong 5-10 phút hoặc cho đến khi vàng nâu.
e) Thêm rau bina vào chảo và chiên thêm 1-2 phút nữa. Hạt tiêu.
f) Đổ hỗn hợp trứng vào chảo. Nướng nó trong 20 phút hoặc cho đến khi chín vàng và cứng ở giữa.
g) Ăn kèm với rau lá xanh và dầu ô liu.

5. Trứng cuộn trong cốc

THÀNH PHẦN:

- 2 quả trứng
- 2 muỗng canh kem
- Muối và tiêu
- 1 muỗng canh bơ

HƯỚNG DẪN:

a) Mỡ một cốc hoặc bát lớn với bơ nhẹ.
b) Đánh trứng và kem, đổ đầy cốc đến tối đa 2/3 vì trứng sẽ tăng thể tích khi nấu.
c) Thêm một chút muối và hạt tiêu đen hoặc ớt cayenne mới xay.
d) Nấu trong lò vi sóng ở công suất tối đa trong 1-2 phút.
e) Khuấy và lò vi sóng một phút nữa.
f) Loại bỏ và thêm một ít bơ.
g) Để nguội trong 1 phút.

6. Cơm, cà tím & feta rán

Làm cho: 4 phần ăn

THÀNH PHẦN:

- ⅔ cốc nước sôi
- ⅓ chén hỗn hợp gạo hoang dã
- nhúm muối lớn
- ¾ chén dầu ô liu
- 1 quả cà tím, cắt miếng nhỏ
- 1 tép tỏi, nghiền nát
- ½ cốc sữa chua tự nhiên kiểu Hy Lạp
- 2 ½ muỗng canh oregano tươi xắt nhỏ
- 6 quả cà chua phơi khô trong dầu, xắt nhỏ
- 50g feta, thái hạt lựu
- ⅔ chén bột mì
- 3 quả trứng, đánh nhẹ
- Muối & tiêu đen xay

HƯỚNG DẪN:

a) Cho nước, gạo và muối vào nồi nhỏ và đun sôi ở lửa vừa. Giảm nhiệt xuống mức trung bình thấp, đậy nắp kín và nấu trong 15 phút. Chuyển cơm đã nấu chín vào một bát vừa.

b) Trong khi đó, đun nóng 60ml (¼ cốc) dầu trong chảo lớn trên lửa vừa. Thêm cà tím và nấu, không đậy nắp, khuấy thường xuyên trong 20 phút hoặc cho đến khi mềm. Thêm tỏi và nấu, khuấy trong 1 phút. Tắt bếp và để nguội trong 5 phút. Chuyển hỗn hợp cà tím vào tô của máy xay thực phẩm và chế biến thành hỗn hợp nhuyễn thô.

c) Kết hợp sữa chua và 2 muỗng cà phê oregano trong một cái bát nhỏ. Che và đặt sang một bên.

d) Dùng nĩa tách các hạt cơm ra. Thêm hỗn hợp cà tím, lá oregano còn lại, cà chua phơi nắng, feta, bột mì, trứng, muối và hạt tiêu vào cơm, và nhẹ nhàng trộn đều cho đến khi vừa kết hợp.

e) Đun nóng 2 muỗng canh dầu còn lại trong chảo chống dính lớn trên lửa vừa và cao. Đổ riêng khoảng 5 muỗng canh hỗn hợp vào chảo và dùng mặt sau của muỗng để làm phẳng từng loại một. Nấu trong 2 phút mỗi bên hoặc cho đến khi vàng.

f) Chuyển sang đĩa lớn và đậy lỏng bằng giấy bạc để giữ ấm.

g) Lặp lại từng đợt với hỗn hợp dầu và gạo còn lại. Phục vụ ngay với sữa chua oregano.

7. bánh nướng xốp trứng

THÀNH PHẦN:

- 8 quả trứng
- 1 củ hành tây, thái nhỏ
- 150 g chorizo, xúc xích Ý hoặc thịt xông khói nấu chín
- 75 g phô mai bào
- 1 muỗng canh pesto đỏ hoặc pesto xanh
- Muối và tiêu đen xay

HƯỚNG DẪN:

a) Làm nóng lò ở nhiệt độ 175°C (350°F).

b) Cắt nhỏ hẹ và thịt.

c) Đánh trứng cùng với gia vị và sốt pesto. Thêm phô mai và trộn.

d) Cho bột vào khuôn muffin và thêm thịt xông khói, xúc xích hoặc xúc xích Ý.

e) Nướng nó trong khoảng 25 phút, tùy thuộc vào kích thước của khuôn.

MÓN NGON VÀ MÓN KHAI THÁC

8. cuộn zucchini với pate rau

Làm cho: 2

THÀNH PHẦN

- 2 quả bí xanh nhỏ
- 4,4 ounce pho mát kem
- 1 tép tỏi
- 3 muỗng canh quả óc chó, xay
- dầu ô liu
- ½ muỗng cà phê tiêu đen
- Muối
- rau thì là

HƯỚNG DẪN:

a) Cắt zucchini thành khối và đun sôi trong nước muối.
b) Cho chúng vào máy xay sinh tố và xay thành hỗn hợp nhuyễn.
c) Thêm pho mát kem, tỏi nghiền và quả óc chó xay.
d) Khuấy nhanh pate và nêm dầu ô liu, hạt tiêu đen và muối.

e) Món pate chay với bí xanh và pho mát kem đã sẵn sàng.

9. Bánh mì nướng với cá mòi

Làm cho: 1

THÀNH PHẦN

- 1 lát bánh mì Scottish Plain Loaf hoặc tương tự
- 1 muỗng cà phê bơ
- 4,3 ounce cá mòi trong dầu

HƯỚNG DẪN

a) Để ráo dầu trong hộp, vớt ra hai hoặc ba con cá mòi nguyên con và đặt chúng sang một bên. Cho tất cả những thứ còn lại vào một cái bát và nghiền nát chúng. Nêm nếm gia vị.

b) Nướng nhẹ một lát bánh mì và bơ một cách hào phóng.

c) Xếp cá mòi nghiền lên bánh mì nướng. Hãy chắc chắn rằng bạn có được cá ngay các cạnh. Cho hai hoặc ba con cá mòi nguyên con lên trên và đặt vào vỉ nướng (gà thịt) ở nhiệt độ trung bình cao cho đến khi cá sủi bọt và bắt đầu giòn ở các mép, khoảng 3-5 phút.

d) Cắt bánh mì nướng làm đôi và phục vụ. Bạn có thể ăn nó bằng nĩa và dao, nhưng nếu bạn để nó trong vài phút, bạn có thể dùng ngón tay gắp nó, điều này sẽ khiến bạn hài lòng hơn nhiều!

10. Bí ngòi nhồi phô mai ít calo

THÀNH PHẦN

- 3 bí vừa
- 200 g phô mai
- 80ml kem
- 12 quả ô liu đen
- 3 nhánh mùi tây
- 3 muỗng canh dầu ô liu
- Muối
- tiêu đen trắng

HƯỚNG DẪN:

a) Nướng zucchini. Đầu tiên, làm nóng lò ở 220 o. Trong khi đó, rửa sạch và đặt zucchini vào đĩa chịu lửa. Rắc chúng, xịt dầu lên chúng và chà xát chúng trong khoảng 10 hoặc 12 phút hoặc lâu hơn.

b) Làm nhân bánh. Cho kem và pho mát với một chút muối và hạt tiêu qua máy xay cho đến khi bạn thu được một loại kem đồng nhất.

c) Thêm ô liu đen cắt nhỏ và một ít rau mùi tây xắt nhỏ, khuấy đều cho đến khi mọi thứ được trộn đều.
d) Điền và phục vụ. Cắt zucchini thành 3 miếng. Sử dụng một cái thìa, loại bỏ một ít bột giấy từ bên trong, trộn nó với pho mát kem, và lấp đầy các lỗ của zucchini bằng bột thu được.
e) Trang trí với một ít tiêu xay và vài lá mùi tây.

11. Cà tím viên sốt cà chua

Làm: 16 viên thịt

THÀNH PHẦN

CHO THỊT BÓNG

- 2 quả cà tím cỡ vừa
- ½ chén vụn bánh mì mịn
- ¼ chén hạt thông
- ½ parmesan bào mịn
- 1 quả trứng vừa
- ½ muỗng cà phê ớt đỏ mảnh ớt
- ½ muỗng cà phê hạt thì là
- 1 muỗng cà phê oregano khô
- 1 muỗng cà phê muối biển mịn
- 3-4 muỗng canh dầu ô liu

CHO NƯỚC SỐT

- 2 tép tỏi
- 2 cốc passata
- 1 ly nước
- 1 nắm nhỏ húng quế tươi

- ½ muỗng canh dầu ô liu
- Muối và tiêu

HƯỚNG DẪN

a) Làm nóng lò ở 400F.

b) Cắt từng đầu cà tím và cắt bỏ da bằng dao sắc. Cắt cà tím thành những khối có kích thước 1 inch và trải đều trên khay nướng.

c) Rưới 2-3 muỗng canh dầu ô liu và quăng cà tím để phủ trong dầu.

d) Nướng trong 15-20 phút cho đến khi hơi vàng và chín. Lấy ra khỏi lò và để nguội trong 5-10 phút.

e) Sau khi nguội một chút, thêm nó vào máy xay thực phẩm cùng với hạt thông, phô mai parmesan, vụn bánh mì, trứng, hạt thì là, ớt đỏ mảnh, lá oregano và muối.

f) Blitz mọi thứ cho đến khi mịn nhưng vẫn có một số kết cấu.

g) Phết dầu ô liu lên khay nướng rồi lăn hỗn hợp cà tím thành những viên tròn 1,5 inch.

h) Làm ướt tay bằng nước lạnh nếu hỗn hợp bị dính.

i) Đặt các viên thịt lên khay nướng và quét nhẹ bằng dầu ô liu. Nướng trong lò khoảng 20-25 phút cho đến khi mặt trên hơi vàng.

LÀM NƯỚC SỐT

j) Trong khi thịt viên đang nướng, làm nước sốt. Băm nhuyễn tỏi và cho vào chảo lớn hoặc chảo rán với ½ muỗng canh dầu ô liu.

k) Sau khi thơm, thêm passata / cà chua xay nhuyễn và nước với một chút muối và hạt tiêu.

l) Đun nhỏ lửa trong 10 phút cho đến khi hơi đặc lại, sau đó cho một ít húng quế tươi vào khuấy đều.

m) Phục vụ thịt viên phủ một ít nước sốt cà chua với Polenta, mì ống hoặc rau nướng.

12. Xiên cá Monkfish và cà chua bi

Làm cho: 2 người

THÀNH PHẦN

- 1 pound đuôi cá monkfish không da, phi lê
- 12 quả cà chua bi
- 12 nấm nút
- 2 muỗng canh dầu ô liu
- 1 muỗng cà phê tiêu chanh hoặc gia vị cá khác

HƯỚNG DẪN

a) Ngâm xiên gỗ trong nước khoảng 20 phút. Điều này sẽ giúp xiên không bị cháy trong lò.

b) Làm nóng lò trước ở nhiệt độ 200°C/400°F

c) Rửa sạch đuôi cá monkfish dưới nước lạnh và thấm khô trên khăn giấy.

d) Cắt đuôi thành những miếng khoảng 1½ inch. Điều này sẽ tạo ra khoảng 30 miếng.

e) Xiên 5 miếng đuôi cá monkfish lên xiên, xen kẽ với 2 quả cà chua bi và 2 cây nấm nút.

f) Rưới 2 thìa dầu oliu lên khay nướng rồi xếp các xiên thịt lên khay. Lăn xiên trong dầu ô liu khi bạn sắp xếp chúng sao cho chúng được phủ nhẹ bằng dầu ở tất cả các mặt.

g) Bọc khay nướng bằng giấy nhôm sau đó đặt vào lò nóng và nướng trong 8 phút.

h) Lấy khay ra khỏi lò, bỏ giấy nhôm, lật thịt nướng và quay trở lại lò nướng trong khoảng 5 phút cho đến khi cà chua và hành tây mềm ra và cá chín.

i) Lấy ra khỏi lò và dùng ngay với rau, khoai tây và một lát chanh.

13. <u>cốt lết cà tím</u>

THÀNH PHẦN

- 1 quả cà tím lớn
- ¼ muỗng cà phê muối kosher, cộng thêm
- ⅓ chén bột mì đa dụng
- 2 quả trứng lớn
- 1 ounce Parmesan
- 1 chén panko
- 1 muỗng cà phê tiêu đen mới xay
- ½ muỗng cà phê oregano khô
- ½ muỗng cà phê bột tỏi
- ½ muỗng cà phê ớt bột nóng
- ½ muỗng cà phê bột hành
- ⅓ chén dầu hạt cải
- ⅓ chén dầu ô liu nguyên chất

HƯỚNG DẪN

a) Cắt bỏ phần đầu của quả cà tím. Sử dụng một dụng cụ gọt vỏ để loại bỏ da. Cắt cà tím theo chiều dọc thành những lát dày ½ inch. Rắc muối lên cả hai mặt của mỗi lát cà tím. Lót một tấm chảo có viền bằng giấy hoặc khăn bếp.

b) Xếp các lát cà tím thành một lớp. Trên cùng với một lớp khăn bếp hoặc khăn giấy khác. Đặt một tấm pan khác lên trên. Để các lát cà tím ra ngoài (hay còn gọi là rút hết nước thừa) trong 30 đến 60 phút; tốt hơn là nên làm cả giờ, nhưng không cần thiết nếu bạn bị ép thời gian.

c) Trong khi đó, chuẩn bị trạm nạo vét: Cho bột vào một cái bát nông hoặc đĩa có viền; nêm chút muối. Trong một cái bát nông, nêm trứng với một chút muối và đánh bằng nĩa cho đến khi mịn. Trong một bộ xử lý thực phẩm, chế biến Parmesan cho đến khi tạo thành một bữa ăn ngon.

d) Cho panko, hạt tiêu đen, lá oregano, bột tỏi, ớt bột, bột hành tây và ¼ muỗng cà phê muối vào máy xay thực phẩm, sau đó xay cho đến khi kết hợp. Nếm và điều chỉnh gia vị.

e) Trong một chảo gang lớn, kết hợp các loại dầu và đun nóng trên lửa vừa và cao.

f) Trong khi dầu đang nóng lên, hãy tẩm bột các lát cà tím: Lau khô từng lát bằng giấy hoặc khăn bếp. Nhúng cả hai mặt vào bột mì, sau đó đến trứng, rồi đến panko đã tẩm gia vị. Chuyển sang một đĩa riêng.

g) Để kiểm tra xem dầu có đủ nóng hay không, hãy cho một miếng panko vụn vào chảo. Nó sẽ kêu xèo xèo ngay lập tức—không chìm xuống đáy, không cháy. Khi nó đủ nóng, hãy thêm một vài lát cà tím tẩm bột (đừng quá đông nếu không chúng sẽ không chín vàng). Nấu từ 2 đến 3 phút mỗi bên, cho đến khi có màu vàng nâu đậm.

h) Chuyển cà tím vừa chiên sang đĩa có lót khăn giấy để thấm bớt dầu mỡ thừa, sau đó chuyển sang giá để cà tím được giòn.

i) Chiên các lát cà tím còn lại theo cách tương tự. Đây là những phục vụ tốt nhất nóng.

14. Pumpernickel với rau diếp, phô mai Harz và táo

Thực hiện: 4 phần ăn

THÀNH PHẦN:

- 2 quả táo chua lớn
- 1 muỗng canh dầu
- 1 củ hành đỏ
- 1 bó hẹ
- 6 muỗng canh giấm táo
- 1 muỗng cà phê mù tạt
- 2 muỗng canh đường
- 4 muỗng canh dầu hạt cải
- Muối
- Hạt tiêu
- 100 g xà lách
- 50 g salad Frisée
- 8 lát phô mai Harzer
- 8 lát pumpernickel lớn

HƯỚNG DẪN:

a) Táo rửa sạch, để ráo. Cắt vỏ lõi bằng dụng cụ cắt bánh quy lõi táo. Cắt táo thành 8 lát mỗi quả.

b) Đun nóng 1 muỗng canh dầu bên trong chảo. Chiên các khoanh táo thành 2 phần mỗi bên trong khoảng 1 phút. Xả trên giấy ăn.

c) Gọt vỏ hành tây và cắt thành khối nhỏ. Hẹ rửa sạch, để ráo và trừ một vài cọng để trang trí, cắt thành từng cuộn nhỏ.

d) Trộn giấm, mù tạt và đường. Mưa phùn dầu trong một dòng mỏng. Nêm muối bao gồm hạt tiêu khuấy trong khối hành tây và hẹ.

e) Xà lách rửa sạch, để ráo nước. Có khả năng. cắt nhỏ hơn.

f) Cắt đôi lát phô mai theo chiều ngang.

g) Phủ một lát bí đỏ với một ít salad, 2 lát táo và 2 nửa lát pho mát. Thoa một số mặc quần áo lên.

h) Che các lát pumpernickel còn lại và trang trí bằng hẹ.

i) Trộn salad và nước sốt còn lại. Cho ra bát và dùng với bánh mì Harzer.

15. Bơ Nhồi Gà Tinga

Thực hiện: 2 phần ăn

THÀNH PHẦN:

- 4 quả cà chua
- ¼ củ hành trắng
- 2 tép tỏi
- 1 ớt chipotle, khô
- 1 nhúm muối
- 1 nhúm tiêu
- 1 muỗng canh dầu ô liu
- ½ củ hành trắng, phi lê
- ½ ức gà, xé nhỏ
- 1 lá bơ
- 2 quả bơ
- 3 lá ngò tươi
- ¼ củ hành tây, thái lát
- 1 ớt serrano, thái lát

HƯỚNG DẪN:

a) Làm nóng trước trong lò ở 180°C.
b) Trộn cà chua với hành trắng, tỏi và tiêu. Mùa và dự trữ
c) Làm nóng chảo với dầu ô liu trên lửa vừa, phi thơm hành tây với ức gà, cho hỗn hợp xay sinh tố cùng với lá bơ vào nấu trong 20 phút hoặc cho đến khi nước cạn bớt.
d) Đổ tinga vào bơ và nướng trong 10 phút.
e) Rửa bơ với một ít lá rau mùi, dải hành tím và lát tiêu serrano.

16. Snack trái cây

Thực hiện: 2 phần ăn

THÀNH PHẦN:

- 1 chén dưa hấu cắt thành hình khối hoặc hình trái tim
- 1 chén dừa cắt thành hình khối hoặc hình trái tim
- 1 chén kiwi cắt thành hình khối hoặc hình trái tim
- ¼ chén quả việt quất

HƯỚNG DẪN:

a) Trên que xiên, cắm trái cây vào, cho dưa hấu vào, sau đó là dừa, rồi đến kiwi và giữa mỗi loại trái cây cho một quả việt quất.

b) Làm lạnh trái cây và mang đồ ăn nhẹ của bạn đi bất cứ đâu. Thưởng thức

17. Bát chọc cá ngừ và dưa hấu

làm cho 4

THÀNH PHẦN

- 1 pound cá ngừ vây vàng cấp sushi, cắt khối
- 1 ½ cốc dưa hấu hình khối
- 1 ½ chén dưa hấu hoặc dưa vàng hình khối
- ½ chén sốt ponzu
- 6 muỗng canh dấm gạo
- ¼ chén dầu mè nướng
- 2 muỗng canh mirin
- 2 muỗng tahini
- 4 muỗng cà phê gừng tươi nạo
- 4 muỗng cà phê sốt tỏi ớt châu Á

PHỤC VỤ

- Cơm sushi nấu chín
- Edamame nấu chín, bóc vỏ
- Sốt mayo Sriracha

- bơ cắt lát
- Ngò tươi
- hành lá thái mỏng
- hạt mè nướng

HƯỚNG DẪN

a) Đặt khối cá ngừ trong một bát vừa.

b) Đặt các viên dưa hấu vào một bát vừa riêng biệt.

c) Chế biến nước sốt ponzu, giấm, dầu mè, rượu mirin, tahini, gừng và nước sốt ớt-tỏi trong máy xay sinh tố cho đến khi mịn, từ 2 đến 3 phút.

d) Đổ một nửa hỗn hợp ponzu lên cá ngừ trong bát; đổ hỗn hợp còn lại lên dưa hấu trong một bát riêng. Đậy bát; ướp trong tủ lạnh theo khẩu vị mong muốn, 1 đến 2 giờ.

e) Để phục vụ, cho cá ngừ và dưa hấu với các lựa chọn phục vụ mong muốn vào bát phục vụ.

18. Bánh mì nướng với bơ và dâu tây

THÀNH PHẦN

- dâu tây thái lát
- giấm balsamic, cho mưa phùn
- quả bơ chín
- nước chanh tươi
- muối biển
- bánh mì nướng
- húng quế sạch
- hạt gai dầu, tùy chọn để bổ sung protein

HƯỚNG DẪN

a) Đặt dâu tây vào một cái bát nhỏ và trộn với một ít giấm balsamic. Hãy ngồi trong 5 phút.

b) Cắt đôi quả bơ, sau đó cắt thành khối. Vắt thêm một ít chanh và một chút muối vào quả bơ. Múc nó ra và dùng mặt sau của nĩa để đập nó vào bánh mì nướng.

c) Bánh mì nướng với dâu tây, húng quế, rắc hạt gai dầu, nếu dùng và thêm muối biển để nếm thử.

19. E ggplant và hummus Timbale

THÀNH PHẦN:

- 3 quả cà tím
- 300 g đậu nấu chín
- 1 tép tỏi
- nước cốt 1 quả chanh
- 1 muỗng canh tahini
- 8-12 quả cà chua bi
- 2 muỗng canh dầu ô liu nguyên chất
- 1 muỗng cà phê thì là
- ½ chén lá mùi tây
- Hạt tiêu
- Muối

HƯỚNG DẪN:

a) Nướng cà tím, rửa sạch cà tím rồi cắt thành lát khoảng ½ cm. Tiếp theo, bạn phết dầu lên khay nướng rồi xếp các lát cà tím vào, rắc đều lên và nướng ở nhiệt độ 180°C trong khoảng 15-20 phút hoặc lâu hơn.

b) Làm món khai vị. Để làm điều này, rửa đậu xanh và nghiền nát chúng với tỏi bóc vỏ, nước cốt chanh, tahini và thì là. Sau đó, muối và trộn cho đến khi bột có kết cấu mịn. Sau đó, nếu cần thiết, thêm một chút nước.

c) Chuẩn bị nhạc đệm. Một mặt, chần rau mùi tây, để trong tủ lạnh và nghiền nát với dầu. Và sau đó, mặt khác, làm nâu cà chua và dự trữ.

d) Bày ra đĩa, kẹp các lát cà tím với các lớp sốt hummus để tạo thành một loại timbale loại dầu. Và nó được đi kèm với cà chua vàng, một chút dầu mùi tây lên trên và đĩa, sau đó dùng một vài lá mùi tây nguyên củ.

20. Xúc Xích Nhồi Nấm

Làm cho:1

THÀNH PHẦN:

- 2 xúc xích
- 1 tép tỏi
- 2 muỗng canh pho mát kem
- 1 muỗng canh hạt lanh xay
- ½ củ hành tây

HƯỚNG DẪN:

a) Bỏ ruột và xào xúc xích với tỏi ép. Để qua một bên.

b) Sau đó bỏ chân nấm và thái nhỏ.

c) Trộn thân nấm đã thái nhỏ với pho mát kem rồi thêm thịt xúc xích đã nguội vào.

d) Cuối cùng, thêm hạt lanh xay và lấp đầy nấm bằng hỗn hợp.

e) Đặt nấm vào một món hầm lớn và nướng ở 160 ° C trong 25 phút.

21. Bơ nhồi rau dền

THÀNH PHẦN:

- 2 chén rau dền
- 3 miếng bơ
- 1 chén cà chua xắt thành khối nhỏ
- 1 muỗng canh dầu ô liu
- ¼ chén rau mùi, thái nhỏ
- Muối và tiêu

HƯỚNG DẪN:

a) Trong một cái bát, trộn rau dền, cà chua và rau mùi. Nêm nếm gia vị.

b) Cắt đôi quả bơ, sau đó loại bỏ đá và đổ hỗn hợp rau dền vào.

c) Đổ một ít dầu ô liu lên quả bơ đã nhồi.

d) Phục vụ lạnh.

BÁNH SANDWICHE VÀ BÁNH BÓP

22. Sandwich Protein với cá ngừ

Làm cho:2

THÀNH PHẦN

- 4 ounce cá ngừ đóng hộp
- ½ quả bơ cỡ vừa
- ¼ cốc sữa chua Hy Lạp nguyên chất
- ½ chén dưa chuột Anh, thái hạt lựu
- ¼ chén ô liu xanh, xắt nhỏ
- ¼ chén thì là tươi, thái nhỏ
- ½ quả chanh, vắt lấy nước
- 1 muỗng cà phê bột tỏi
- Muối + tiêu cho vừa ăn

HƯỚNG DẪN

a) Dưa chuột thái hạt lựu, ô liu và thì là thái nhỏ. Để qua một bên.

b) Nghiền bơ trong một bát lớn. Sau đó, thêm tất cả các thành phần khác vào bát.

c) Trộn tất cả mọi thứ với nhau cho đến khi kết hợp tốt, điều chỉnh các mùa cho phù hợp.

d) Múc salad cá ngừ vào gói rau diếp, hoặc thêm nó vào bánh mì, bánh mì nướng, bánh mì pita hoặc salad. Thức ăn thừa có thể được bảo quản trong tủ lạnh trong vài ngày.

23. Chả Giò Sốt Xoài Thái

Làm cho: 8 phần ăn

THÀNH PHẦN

SỐT XOÀI THÁI:

- 1 quả xoài chín, thái hạt lựu
- 1 (1 inch) miếng gừng tươi, nạo
- 2 muỗng canh tương ớt Thái ngọt
- 2 muỗng canh dấm gạo
- 1 quả chanh, vắt lấy nước
- ½ chén húng quế Thái tươi và/hoặc rau mùi, xắt nhỏ

GIÒ CHAY CHAY:

- 1 quả bơ lớn, gọt vỏ, rỗ và thái lát mỏng
- 2 chén rau tươi
- Muối và hạt tiêu cho vừa ăn
- ½ chén lá ngò
- ½ chén lá bạc hà tươi
- 8 gói bánh tráng
- 1 muỗng cà phê đậu phộng băm nhỏ, để trang trí

HƯỚNG DẪN

a) Trong máy xay sinh tố, kết hợp tất cả các thành phần nước chấm trừ húng quế và rau mùi. Trộn cho đến khi mịn, thêm húng quế và rau mùi và xung cho đến khi cắt nhỏ. Đổ vào một cái bát, đậy nắp và đặt trong tủ lạnh cho đến khi phục vụ.

b) Vắt một ít nước cốt chanh lên quả bơ đã cắt lát. Tạo một dây chuyền lắp ráp các loại rau và thảo mộc để chúng sẵn sàng hoạt động.

c) Đổ nước ấm vào một cái đĩa nông. Thêm một tờ bánh tráng, mỗi lần một tờ trong 5 đến 10 giây. Loại bỏ và đặt trên một bề mặt phẳng.

d) Ở một đầu của màng bọc gạo, bắt đầu xếp lớp với 1 đến 2 lát bơ, một nắm nhỏ ngò và bạc hà tươi, cùng một nắm rau.

e) Rắc rau với muối và hạt tiêu. Gấp cả hai đầu vào giữa và cuộn tờ giấy càng chặt càng tốt mà không bị rách.

f) Đặt từng chiếc nem đã chuẩn bị lên đĩa phục vụ và đậy bằng giấy nhôm để giữ cho nem không bị khô.

g) Tiếp tục với các thành phần còn lại, thêm chúng vào đĩa khi bạn làm việc. Luôn luôn bọc nem bằng giấy bạc.

h) Dọn chả giò với nước chấm xoài và đậu phộng giã nhỏ (nếu muốn).

24. Sốt Pesto Nấm Chay

Làm cho: 1 bọc

THÀNH PHẦN

- 1 bọc tortilla
- 1 nấm portobello lớn hoặc 1,5 cái nhỏ hơn
- 1 muỗng cà phê giấm balsamic
- dầu ô liu, để nấu ăn
- 1 muỗng canh sốt mayonaise
- 1 muỗng canh sốt xì dầu
- 2 tép tỏi, băm nhỏ
- 1 nắm rau mồng tơi
- 3 quả cà chua bi, cắt làm tư
- 2 muỗng canh feta, vỡ vụn
- ¼ quả bơ, thái lát hoặc hình khối
- 4-6 lát hành tím mỏng

HƯỚNG DẪN

a) Chuẩn bị nấm. Rưới giấm balsamic lên chúng, thêm tỏi và trộn đều.

b) Đặt sang một bên trong khi bạn chuẩn bị phần còn lại của gói.
c) Phết sốt mayonnaise và sốt pesto lên màng bọc thực phẩm.
d) Bây giờ nấu nấm của bạn. Đun nóng một ít dầu trong chảo và chiên từng mặt cho đến khi chín vàng và giảm bớt, thỉnh thoảng ấn xuống bằng thìa để chất lỏng chảy ra.
e) Khi đã sẵn sàng, thêm thẳng vào đầu bọc.
f) Cuộn tortilla lại, dán kín hai đầu và cắt làm đôi. Phục vụ.

25. Bơ và phô mai Emmental e Quesadillas

Thực hiện: 4 phần ăn

THÀNH PHẦN

- 8 quesadillas ngô
- 2 quả bơ, thái lát
- 80 g bánh tét hoặc lát giăm bông
- 120 g phô mai Emmental nạo

HƯỚNG DẪN

a) Đặt trên 1 bánh ngô trong 4 món ăn khác nhau. Trên mỗi cái, đặt bơ, giăm bông và phô mai.

b) Đậy nắp và nướng trong 2-3 phút ở nhiệt độ nhẹ.

c) Lấy ra khỏi lò và để yên trong 2-3 phút mà không cần mở nắp.

d) Bày ra khay, cắt thành từng phần và thưởng thức.

26. Burritos bắp cải

THÀNH PHẦN:

- 1 bắp cải xanh hoặc Trung Quốc (12 lá)
- 300 g thịt bò xay
- 1 tép tỏi
- 400 ml cà chua thái hạt lựu
- 1 muỗng canh cà chua xay nhuyễn
- 1 muỗng canh thảo mộc taco
- 1 lon ngô nhỏ
- 2 nắm phô mai bào
- 100 gr đậu tây

HƯỚNG DẪN:

a) Băm nhỏ hành tây và sau đó tỏi và chiên trong chảo.

b) Thêm thịt băm và sau đó là các loại thảo mộc taco. Nướng lỏng lẻo này.

c) Cho cà chua xay nhuyễn và cà chua thái miếng vào khuấy đều, sau đó cho ngô và đậu tây đã ráo nước vào. Để nhân bánh burrito này sôi trong vài phút.

d) Trong khi đó, đun sôi nước.

e) Làm nóng lò nướng đến 180 độ. Cắt lá bắp cải và đun sôi (mỗi 2 hoặc 3 lá) trong một hoặc 2 phút trong chảo rồi để ráo nước.

f) Đặt 2 lá bắp cải cạnh nhau sao cho hơi chồng lên nhau.

g) Múc một ít nhân burrito sang một bên, rắc một ít phô mai rồi cuộn lại cẩn thận. Đừng đẩy quá mạnh.

h) Lặp lại điều này với phần còn lại của lá bắp cải và nhân. Nếu tất cả chúng đều ở trong đĩa nướng, hãy rắc thêm một ít phô mai lên chúng.

i) Sau đó cho khay nướng vào lò nướng khoảng 15 phút.

j) Phục vụ carbohydrate với một ít cơm.

MÓN CHÍNH

27. Cơm Chiên Rau Củ

làm cho: 3

THÀNH PHẦN

- 3 chén cơm
- 2 muỗng canh dầu ăn
- 2 muỗng cà phê dầu mè
- ½ chén hành tây xắt nhỏ
- 5-6 tỏi băm
- 2 muỗng cà phê gừng nạo
- 1 củ cà rốt cắt khối
- 1 quả bí xanh cắt khối
- 2 chén bắp cải đỏ
- ½ chén đậu Hà Lan đông lạnh
- 1 gói đậu phụ cứng ép và cắt khối

CHO NƯỚC SỐT:

- 3 muỗng canh nước tương ít natri HOẶC tamari
- 1 muỗng canh giấm gạo HOẶC nước cốt chanh
- 1 muỗng canh sambal olek HOẶC bất kỳ loại tương ớt cay nào bạn chọn

- 2 muỗng cà phê đường hoặc agave
- 1 muỗng canh bơ đậu phộng tùy chọn
- Vài lát tiêu
- Muối
- ¼ chén đậu phộng rang tùy chọn

HƯỚNG DẪN

a) Đánh đều các nguyên liệu làm nước sốt trong một cái bát và chuẩn bị sẵn sàng.

b) Đun nóng cả hai loại dầu trong chảo hoặc chảo.

c) Sau khi ấm thêm hành tây và nấu cho đến khi mờ. Thêm tỏi gừng và xào cho đến khi vàng nâu.

d) Bây giờ thêm vào các loại rau.

e) Các loại rau cứng như cà rốt đi trước. Nó sẽ mất khoảng 2 phút để nó nấu ăn.

f) Cho hỗn hợp nước sốt đã đánh bông vào.

g) Tiếp theo là bí xanh, bắp cải và đậu Hà Lan mất một phút để nấu.

h) Cho đậu phụ đã cắt khối vào và khuấy nhẹ để đậu phụ được bao phủ.

i) Nấu nó trong 30 giây.

j) Cho cơm vào trộn đều. Nấu đậy nắp trong một phút.

k) Rắc đậu phộng rang lên trên, dùng nóng.

28. Bánh burger chay

Làm cho: 8

THÀNH PHẦN

- 2 muỗng canh dầu ô liu nguyên chất, nhiều hơn cho mưa phùn
- 2 củ hẹ, xắt nhỏ (⅔ chén)
- 16 ounce nấm, hỗn hợp shiitake + portobello, bỏ cuống và thái hạt lựu
- 2 muỗng canh tamari
- 2 muỗng canh giấm balsamic
- 1 muỗng canh rượu mirin, hoặc ½ muỗng cà phê xi-rô phong
- 2 tép tỏi, băm nhỏ
- ½ muỗng cà phê ớt bột xông khói
- 2 muỗng cà phê sriracha, nhiều hơn nếu muốn
- ½ chén quả óc chó băm nhỏ
- ¼ chén hạt lanh xay
- 2 chén gạo lứt hạt ngắn nấu chín
- 1 chén vụn bánh mì panko, chia
- Nước sốt Worrouershire thuần chay, để đánh răng
- Xịt nấu ăn chống dính, để nướng

- Bánh mì kẹp thịt & nhân bánh mì kẹp thịt mong muốn
- Muối biển và hạt tiêu đen mới xay

HƯỚNG DẪN

a) Đun nóng dầu ô liu trong chảo vừa trên lửa vừa. Thêm hẹ và xào cho đến khi mềm, 1 phút. Thêm nấm và một chút muối, xào cho đến khi mềm và có màu nâu, từ 6 đến 9 phút, giảm nhiệt một chút nếu cần.

b) Cho tương tamari, giấm và rượu mirin vào khuấy đều. Khuấy, giảm nhiệt, sau đó thêm tỏi, ớt bột hun khói và sriracha. Lấy chảo ra khỏi bếp và để nguội một chút.

c) Trong một bộ xử lý thực phẩm, kết hợp nấm xào, quả óc chó, hạt lanh, gạo lứt và ½ chén panko. Xung cho đến khi vừa kết hợp. Hỗn hợp sẽ giữ lại với nhau khi véo, nhưng nó vẫn phải có một số kết cấu.

d) Chuyển sang một bát lớn và cho phần panko còn lại vào.

e) Tạo thành 8 miếng chả, đặt chúng trên đĩa lớn và làm lạnh trong tủ lạnh trong 1 giờ.

f) Nếu bạn đang nướng chả, hãy làm nóng lò nướng ở nhiệt độ trung bình cao. Chải miếng chả bằng dầu ô liu và xịt vỉ nướng bằng bình xịt nấu ăn. Đặt miếng chả lên vỉ nướng và dùng thìa ấn nhẹ xuống. Nướng trong 7 phút ở mặt thứ nhất, lật mặt và nướng trong 6 đến 7 phút ở mặt thứ hai hoặc cho đến khi cháy đều và chín hẳn.

g) Thay phiên, nấu chả trên bếp. Đun nóng chảo gang trên lửa vừa. Phủ dầu lên đáy chảo và chiên các miếng chả trong 5 đến 6 phút mỗi mặt, hoặc cho đến khi cháy và chín đều.

h) Tắt bếp, phết nước sốt Worrouershire và dùng với các loại gia vị mong muốn.

29. Cà Tím Nhồi Cơm

Làm cho: 6 phần ăn

THÀNH PHẦN

- ½ chén gạo basmati trắng
- 3 pound cà tím (3 lớn)
- Muối kosher
- ¼ chén hạt thông nướng
- 2 chén đậu xanh đóng hộp, để ráo nước
- ½ chén mùi tây tươi, thái nhỏ
- ½ chén lá bạc hà tươi, thái nhỏ
- ¾ chén dầu ô liu nguyên chất, chia
- 1 củ hành nâu, bóc vỏ và băm nhỏ
- 48 ounces cà chua rang lửa thái hạt lựu (3 lon)
- 4 tép tỏi nướng, băm nhỏ
- ½ muỗng cà phê quế
- ¼ muỗng cà phê tiêu
- 2 quả chanh tươi, vắt lấy nước
- 2 muỗng canh tương cà chua

- ớt cayenne
- Muối và tiêu

HƯỚNG DẪN

a) Ngâm gạo với nước lạnh và 1 thìa muối; ngâm 30 phút trước khi nấu.

b) Gạo trắng ngâm trong bát nước.

c) Cắt cuống cà tím và cắt đôi theo chiều dọc. Múc hạt và thịt ở giữa của nửa quả cà tím bằng dụng cụ nạo rau củ hoặc dụng cụ nặn dưa, để lại một khoảng ½ inch xung quanh mép ngoài.

d) Múc ra khỏi trung tâm của một nửa quả cà tím.

e) Rắc một nửa quả cà tím với muối kosher và để yên trong bát trong 30 phút để loại bỏ vị đắng. Rửa sạch muối bằng nước, lau khô và xếp chúng vừa khít vào đĩa nướng 9 × 13.

f) Cà tím cắt đôi trên khay nướng.

g) Nướng hạt thông của bạn trong chảo trên lửa vừa, khuấy liên tục cho đến khi chúng có màu nâu đẹp mắt (đừng để chúng bị cháy!).

h) Nướng tép tỏi của bạn.

i) Nướng khô hạt thông trong chảo.

j) Làm nóng lò nướng của bạn ở nhiệt độ 350 độ F. Lắp bộ xử lý thực phẩm của bạn bằng một lưỡi kim loại. Xay đậu xanh, rau mùi tây và bạc hà với nhau cho đến khi chúng được cắt nhỏ. Đừng chế biến quá kỹ, nếu không bạn sẽ chỉ có món hummus xanh! Chỉ cần đập vài lần để cắt nhỏ đậu xanh và rau thơm. Thìa các thành phần vào một bát trộn.

k) Mỡ một cái chảo lớn với 1 muỗng canh dầu ô liu. Xào hành tây cho đến khi vàng nâu và caramen. Cho một nửa số hành tây vào bát trộn, nửa còn lại cho vào chảo.

l) Đậu xanh và gia vị trong một bộ xử lý thực phẩm.

m) Để ráo gạo đã ngâm, rửa sạch rồi cho vào bát trộn cùng với hạt thông nướng, 1 lon cà chua thái hạt lựu, ¼ chén dầu ô liu, tỏi nướng, rau mùi tây, quế, hạt tiêu và nước cốt của 1 quả chanh. Trộn đều các nguyên liệu bằng nĩa, sau đó nêm thêm muối và hạt tiêu. Hương vị hỗn hợp, thêm gia vị nếu muốn.

n) Dùng thìa nhồi lỏng vào nửa quả cà tím (nhân sẽ nở ra trong quá trình nấu). Rưới cà tím nhồi với dầu ô liu.

o) Nửa quả cà tím nhồi nhân.

p) Trong chảo nơi bạn đã để dành một nửa số hành tây đã nấu chín, đổ 2 lon cà chua rang lửa còn lại, ¼ chén dầu ô liu, nước cốt của 1 quả chanh, 2 muỗng canh bột cà chua và một chút ớt cayenne. Trộn các thành phần với nhau và đun trên lửa vừa cho đến khi nước sốt sủi bọt. Tắt bếp và nêm muối và hạt tiêu cho vừa ăn.

q) Sốt cà chua trong chảo.

r) Rưới đều nước sốt lên nửa quả cà tím đã nhồi. Đậy đĩa nướng bằng giấy bạc. Đặt món ăn vào lò nướng và để nó nấu trong 45 phút. Lấy giấy bạc ra khỏi đĩa nướng và tiếp tục nấu thêm 15-30 phút nữa cho đến khi cà tím mềm và nhân chín. Phục vụ nóng.

30. Nấm và đậu xanh với hạnh nhân

THÀNH PHẦN

- 16 ounces đậu xanh tươi, cắt tỉa
- 8 ounce nấm cremini, thái lát mỏng
- ½ chén hạnh nhân thái lát
- 2-3 muỗng canh dầu ô liu nguyên chất
- 2 tép tỏi, thái nhỏ
- một chút muối và hạt tiêu cho vừa ăn

HƯỚNG DẪN

a) Làm nóng trước một cái chảo lớn trên lửa vừa (tôi thích dùng gang cho việc này). Cho dầu vào chảo, sau đó cho đậu xanh vào và nêm chút muối, tiêu. Khuấy thường xuyên trong 3-4 phút.

b) Tiếp theo, thêm nấm thái lát và tỏi băm nhỏ vào chảo. Cho tất cả khuấy đều để kết hợp. Sau đó nấu thêm 4-5 phút nữa, thỉnh thoảng khuấy.

c) Khi đậu xanh chín mềm và nấm hơi chuyển sang màu nâu, nêm thêm một chút muối và hạt tiêu.

d) Chuyển rau ra đĩa phục vụ và phủ hạnh nhân thái lát lên trên.

31. Bộ đệm cà rốt bí xanh

Làm cho: 4

THÀNH PHẦN:

- 500 g khoai tây luộc
- 2 củ cà rốt
- 1 quả bí xanh
- 1 muỗng canh bột đậu xanh
- Muối
- nhục đậu khấu
- 2 muỗng canh dầu ô liu
- 1 quả chanh hữu cơ
- ½ chùm tên lửa

HƯỚNG DẪN:

a) Vỏ khoai tây. Cà rốt, bí xanh rửa sạch. Bào sơ mọi thứ và trộn với bột đậu xanh, nêm muối và hạt nhục đậu khấu mới xay.

b) Đun nóng dầu ô liu trong chảo và thêm hỗn hợp khoai tây vào từng phần.

c) Ấn nhẹ và chiên trên lửa vừa từ mỗi bên trong khoảng 6 phút.
d) Trong khi đó, rửa chanh nóng, lau khô và cắt thành lát. Rửa tên lửa và vắt khô.
e) Xếp các loại buffer ra 4 đĩa và trang trí bằng rocket. Vắt chanh là đủ.

32. Spaghetti Zucchini với viên rau

Làm cho: 4

THÀNH PHẦN

ĐỐI VỚI THỊT BÓNG:

- 1 chén đậu lăng
- 1 muỗng canh dầu ô liu nguyên chất + nhiều hơn để mưa phùn
- ½ củ hành tím xắt nhỏ
- 1 củ cà rốt xắt nhỏ
- 1 nhánh cần tây xắt nhỏ
- 1 tép tỏi băm nhỏ
- ½ thìa húng tây khô
- Muối và hạt tiêu cho vừa ăn
- 1 nhúm mảnh ớt đỏ
- 1,5 muỗng canh tương cà chua
- 4 ounce nấm nút thái lát
- 1 quả trứng + 1 lòng trắng trứng
- ¼ chén phô mai Parmesan nạo + nhiều thứ khác để trang trí
- ¼ chén mùi tây tươi xắt nhỏ
- 2 muỗng canh quả óc chó thái nhỏ
- Đối với vụn bánh mì làm khoảng ¼ cốc:

- 4 muỗng canh bột hạnh nhân
- 2 muỗng canh nước
- Đối với mì ống:
- 4 quả bí vừa
- 1,5 chén nước sốt cà chua đóng hộp yêu thích Tôi yêu nước sốt cà chua Basil của Rao

HƯỚNG DẪN

a) Kết hợp đậu lăng và 4 cốc nước trong một nồi vừa và đun sôi ở nhiệt độ cao.

b) Giảm nhiệt xuống thấp và đun nhỏ lửa cho đến khi đậu lăng mềm nhưng không bị vỡ, khoảng 20 phút. Xả đậu lăng và để nguội.

c) Trong khi đó, thêm dầu ô liu vào chảo lớn và nấu hành tây, cà rốt, cần tây, tỏi, húng tây và nêm muối và hạt tiêu trên lửa vừa và cao, khuấy thường xuyên trong khoảng 7 phút, cho đến khi rau củ mềm và bắt đầu chín. sang màu nâu.

d) Thêm bột cà chua và tiếp tục nấu, khuấy liên tục trong 3 phút.

e) Thêm nấm và nấu, khuấy thường xuyên trong 15 phút nữa hoặc cho đến khi tất cả chất lỏng được hấp thụ.

f) Chuyển hỗn hợp vào một bát lớn và để nguội đến nhiệt độ phòng. Khi nguội, thêm đậu lăng vào hỗn hợp rau.

g) Trong một bát trộn nhỏ, thêm bột hạnh nhân và nước và dùng tay xoa bóp cho đến khi giống như bột.

h) Đặt một chảo vừa trên lửa vừa và cao và sau khi đun nóng, cho bột vào, dùng ngón tay vò thành từng miếng. Phá vỡ bột bằng thìa gỗ hoặc thìa và nướng bánh mì cho đến khi giống như vụn bánh mì. Để qua một bên.

i) Thêm trứng, phô mai Parmesan, vụn bánh mì, rau mùi tây và quả óc chó đã chuẩn bị vào rau và đậu lăng đã nguội và trộn bằng tay cho đến khi kết hợp hoàn toàn.

j) Đặt trong tủ lạnh trong 25 phút. Làm nóng lò ở 400 độ.

k) Rưới dầu ô liu vào đĩa nướng và dùng tay thoa đều toàn bộ bề mặt. Để qua một bên.

l) Lăn hỗn hợp thành những viên thịt tròn cỡ quả bóng golf (khoảng 1 ½ inch), đảm bảo gói hỗn hợp rau thật chắc. Đặt các quả bóng vào đĩa nướng đã chuẩn bị, theo hàng.

m) Nướng thịt viên trong 30 phút hoặc cho đến khi thịt viên chắc và chín. Để thịt viên nguội trong 5 phút trong đĩa nướng trước khi ăn.

n) Trong khi đó, tạo hình xoắn ốc cho bí xanh bằng Blade D và cắt sợi mì. Để qua một bên.

o) Mười phút trước khi nướng xong thịt viên, đặt một cái chảo lớn trên lửa vừa và sau khi đun nóng, cho một nửa số mì bí ngòi vào. Nấu trong 3 phút hoặc cho đến khi chín theo sở thích của bạn. Đặt sang một bên trong một bát trộn lớn và sau đó nấu mì zucchini còn lại.

p) Trong khi đó, đặt một nồi vừa trên lửa vừa và cao và thêm nước sốt cà chua. Nấu cho nóng lên, khoảng 5 phút. Đặt ở nhiệt độ sôi cho đến khi sẵn sàng để sử dụng.

q) Khi mì bí xanh, nước sốt và thịt viên đã chín, hãy chuẩn bị bát của bạn. Chia zucchini thành bốn bát, đổ một lượng nước sốt bằng nhau lên trên và sau đó cho 3 viên thịt viên vào mỗi bát. Phủ phô mai parmesan lên trên.

33. Lasagna rau nhẹ

THÀNH PHẦN:

- 1 gói lá lasagna nấu sẵn
- 3 củ cà rốt
- 1 quả bí xanh
- 1 quả cà tím
- 200 g nấm
- 200 g rau mồng tơi
- 100 g phô mai bào
- Dầu ô liu và muối
- 200 g cà chua chiên
- 400 ml sữa tách béo
- 30 g bột mì

HƯỚNG DẪN:

a) Chuẩn bị béchamel. Đun nóng 2 muỗng canh dầu, cho 30 g bột mì vào, vớt ra.

b) Đổ sữa tách béo thành sợi, khuấy đều cho đến khi đặc lại và nêm gia vị.

c) Nấu rau bina. Rửa rau bina và hấp chúng trong vài phút. Trộn chúng với một phần của béchamel và dự trữ chúng.

d) Xào rau củ, cà rốt, bí xanh, cà tím và nấm rửa sạch.
e) Chiên 2 đầu với một sợi dầu. Sau đó, cho cà tím và nấm vào xào khoảng 6 phút hoặc lâu hơn, nêm nếm gia vị vừa ăn rồi trộn tất cả với sốt cà chua chiên.
f) Lắp ráp lasagna — Nấu mì ống theo hướng dẫn trên bao bì. Trên một lớp rau bina với béchamel, xếp các lớp mì ống và rau lasagna xen kẽ với nước sốt cà chua.
g) Phủ lớp béchamel còn lại, rắc phô mai và nấu khoảng 20 phút trong lò đã làm nóng trước ở 170º.

34. Lasagna với zucchini THÀNH PHẦN:

THÀNH PHẦN:

- 2 muỗng canh dầu ô liu
- 2 bí lớn
- 300 g thịt bò xay
- 2 củ hẹ hoặc 1 củ hành tím
- 400 ml cà chua rây
- 70 ml nước ép cà chua
- phô mai bào bằng tay
- 9 tấm lasagne tươi hoặc nấu sẵn
- Muối và tiêu
- 1 muỗng cà phê oregano
- 1 muỗng cà phê húng tây

HƯỚNG DẪN:

a) Làm nóng lò ở 200 độ. Rửa sạch và cắt zucchini. Đun nóng dầu ô liu trong chảo (nướng) và chiên các lát zucchini. Nêm với muối và hạt tiêu. Băm nhỏ hẹ rồi chiên trong chảo với bơ.

b) Thêm thịt băm và chiên trong 5 phút cho đến khi vàng nâu. Thêm cà chua xay nhuyễn và nêm tiêu, muối, húng tây và oregano. Sau đó thêm cà chua rây. Để nó sôi cùng nhau trên lửa nhỏ trong

10 phút. Mỡ một món nướng hoặc chảo nướng và tạo các lớp hỗn hợp thịt băm, tấm lasagne và zucchini.
c) Kết thúc với một lớp thịt băm bên trên với những lát bí xanh. Rắc phô mai bào.
d) Nướng lasagna zucchini trong lò đã làm nóng trong 35 phút cho đến khi vàng nâu.

SALAD VÀ CÁC MÓN

35. Cá hồi hun khói nhồi salad Nga

THÀNH PHẦN:

- 300 g cá hồi hun khói
- 2 hoặc 3 củ khoai tây
- 2 củ cà rốt
- 100 g đậu Hà Lan đông lạnh
- 100 g đậu xanh
- 3 quả trứng
- 200 ml dầu ô liu mềm
- ½ quả chanh
- Muối và tiêu
- 8 lá xà lách romaine
- Lá thơm

HƯỚNG DẪN:

a) Nấu rau từ món salad. Gọt vỏ cà rốt và khoai tây, rửa sạch và cắt thành khối. Đậu xanh rửa sạch, thái nhỏ.

b) Luộc cà rốt trong nước muối trong 15 phút. Thêm khoai tây và nấu thêm 7 phút nữa.

c) Thêm đậu xanh và tiếp tục nấu thêm 3 phút nữa. Cuối cùng, thêm đậu Hà Lan, nấu thêm 5 phút và để ráo tất cả các loại rau.

d) Luộc trứng và làm sốt mayonnaise. Mặt khác, nấu 2 quả trứng trong 10 phút trong nước muối. Làm mới chúng, gọt vỏ và cắt nhỏ. Mặt khác, đánh quả trứng còn lại với nước cốt nửa quả chanh, muối và hạt tiêu, sau đó thêm dầu, theo đường chỉ và đánh cho đến khi thu được sốt mayonnaise đặc.

e) Làm salad và nhồi cá hồi. Đầu tiên, trộn rau đã nấu chín và trứng luộc xắt nhỏ với sốt mayonnaise. Và khuấy cho đến khi chúng được kết hợp tốt. Sau đó, cho salad vào các lát cá hồi và cuộn lại.

f) Lắp ráp đĩa và phục vụ. Cuối cùng, rửa sạch xà lách và để ráo nước. Cắt nó thành julienne và chia thành 4 đĩa. Xếp các cuộn lên trên và phục vụ chúng với hẹ xắt nhỏ.

36. Salad với măng tây, cà chua bi và phô mai

THÀNH PHẦN:

- 2 bó măng tây xanh
- 150 g cà chua bi
- 100 g phô mai
- 30 g quả óc chó bóc vỏ
- 30 g ngô nướng
- 20 g hạt hướng dương đã bóc vỏ
- 2 muỗng canh giấm
- 4 muỗng canh dầu ô liu
- Tiêu và muối

HƯỚNG DẪN:

a) Làm sạch măng tây. Đầu tiên, bạn rửa sạch măng tây dưới dòng nước lạnh, loại bỏ phần cứng nhất ở thân rồi cắt thành từng khúc có kích thước bằng nhau.

b) Cho nước vào đun sôi và nấu. Trong khi sơ chế măng tây, đun sôi nhiều nước muối trong nồi, cho măng tây vào và nấu trong 10 phút cho đến khi măng tây mềm nhưng còn nguyên.

c) Làm gián đoạn quá trình nấu nướng. Khi chúng ở trạng thái d1, hãy lấy chúng ra bằng thìa có rãnh và ngâm chúng trong một lúc trong bát nước đá để ngừng nấu. Bằng cách này, chúng sẽ duy trì màu xanh đậm của chúng. Và sau đó, xả chúng một lần nữa để loại bỏ hết nước.
d) Chuẩn bị phần còn lại của các thành phần. Cà chua rửa sạch, dùng giấy thấm khô rồi cắt đôi. Để ráo phô mai và nghiền nát nó. Và cắt các loại hạt thành miếng nhỏ.
e) Làm giấm. Sắp giấm vào một cái bát. Thêm một chút muối và một hạt tiêu khác, đổ dầu từng chút một, tiếp tục đánh bằng nĩa cho đến khi thu được giấm nhũ hóa tốt.
f) Chia măng tây trong 4 bát. Thêm cà chua, pho mát nhỏ vụn và quả óc chó xắt nhỏ. Ăn mặc với vinaigrette trước.
g) Và trang trí với hạt hướng dương và ngô nướng.

37. <u>Rau mồng tơi và xoài</u>

Thực hiện: 4 phần ăn

THÀNH PHẦN:

- 750 g lá mồng tơi non
- 2 củ hành lá
- 2 quả xoài chín
- 2 muỗng canh dầu mầm
- 1 miếng gừng
- 2 muỗng canh Hạt hướng dương
- 20 g rau dền
- Muối
- ớt cayenne

HƯỚNG DẪN:

a) Vắt rau mồng tơi, vắt khô và rửa sạch.

b) Gọt vỏ xoài. Cắt thịt ra khỏi st1 và cắt thành khối có kích thước khoảng 1 cm.

c) Đun nóng 1 muỗng canh dầu trong nồi và xào hành lá trong khoảng 5 phút trên lửa vừa. Thêm rau bina và đậy nắp nấu; Đun nhỏ lửa trong 5 phút.

d) Cho xoài viên, gừng và nước gừng vào rau mồng tơi rồi đậy vung, đun lửa vừa trong khoảng 3 phút.
e) Đun nóng phần dầu còn lại bên trong chảo không dính. Rang hạt hướng dương trên lửa nhỏ trong 3-4 phút, thêm rau dền và đun nóng trong thời gian ngắn.
f) Nêm muối rau mồng tơi và xoài rồi bày ra đĩa. Nêm hạt hướng dương rang và rau dền với ớt cayenne và rắc rau.

38. mầm kê xa lát

THÀNH PHẦN

- ⅓ Chén mầm kê
- ½ chén đậu phộng luộc/đậu gà đóng hộp
- 1 ớt xanh
- 1 muỗng cà phê gừng nạo
- 1 muỗng canh hành tây xắt nhỏ
- 1,5 muỗng canh cà chua xắt nhỏ
- 3 muỗng canh ớt chuông xắt nhỏ
- ½ chén cà rốt bào sợi
- Nước chanh
- 1 muỗng canh Rau mùi xắt nhỏ
- ¼ muỗng cà phê muối đen
- ½ thìa cafe muối

HƯỚNG DẪN

a) Trong một bát trộn thêm đậu phộng luộc và làm mát.

b) Thêm phần còn lại của rau đã chuẩn bị.
c) Thêm muối, lá rau mùi và vắt nước cốt chanh tươi lên trên.
d) Cuối cùng thêm mầm kê trộn tất cả lại với nhau và phục vụ ngay lập tức.

39. Salad đậu đỏ sốt bơ

Thực hiện: 4 phần ăn

THÀNH PHẦN:

- 1 quả cà chua (vừa)
- 1 củ hành tây (nửa củ hành tím)
- 1 quả ớt đỏ (vừa)
- 1 nhúm tiêu
- 1 quả chanh
- 1 nhúm muối
- 1 quả ớt xanh
- 250 gram đậu Azuki, đã nấu chín
- 1 muỗng canh dầu ô liu nguyên chất
- 1 Guacamole tươi
- 1 chén nhỏ ngô ngọt trong hộp

HƯỚNG DẪN:

a) Chuẩn bị món salad bằng cách trộn tất cả các nguyên liệu đã thái nhỏ với đậu đã rửa sạch và để ráo nước trước đó.

b) Nêm với nước cốt chanh và dầu và nêm muối và hạt tiêu.

c) Phục vụ món salad với guacamole và bánh mì nướng với bánh mì nướng.

40. Salad đậu vàng xanh với hành tím

Thực hiện: 4 phần ăn

THÀNH PHẦN:

- 3 chén đậu hỗn hợp, cắt làm ba
- 2 củ hành đỏ nhỏ
- 5-6 muỗng canh giấm balsamic
- 1 muỗng canh đường
- 3 muỗng canh dầu ô liu
- Muối
- Hạt tiêu
- quả mọng đỏ

HƯỚNG DẪN:

a) Làm sạch và rửa đậu.
b) Luộc đậu trong nước sôi khoảng 5-7 phút.
c) Xả và chiên lạnh.
d) Gọt vỏ hành tây, cắt đôi và cắt thành lát mỏng.
e) Trộn giấm và đường. Rưới dầu thành một dòng mỏng - nêm muối và hạt tiêu.
f) Thêm hành tây và khuấy đều.

g) Trộn dầu giấm với đậu.
h) Che và để nguội trong khoảng 1 giờ.
i) Nêm lại salad với muối, hạt tiêu và giấm.
j) Dọn ra đĩa và rắc dâu đỏ.

41. Rocket với xoài, bơ và cà chua bi

Làm cho: 4 phần ăn

THÀNH PHẦN

- 3 nắm rocket/arugula
- 7 ounce cà chua bi
- 1 quả xoài chín
- 2 quả bơ chín

DÀNH CHO VINAIGRETTE

- 1 muỗng canh nước cốt chanh
- 2 muỗng canh giấm
- 2 muỗng canh dầu thực vật
- 2 muỗng canh dầu ô liu
- 1 muỗng cà phê mật ong
- 1 muỗng cà phê mù tạt nóng vừa
- muối
- ớt tươi

HƯỚNG DẪN:

a) Đối với giấm, trộn nước cốt chanh với giấm và hai loại dầu.
b) Thêm mật ong và mù tạt, đánh đều để kết hợp và nêm nếm với muối và hạt tiêu.
c) Rửa sạch và lau khô rau arugula. Rửa sạch và cắt đôi quả cà chua. Gọt vỏ xoài, loại bỏ trái cây khỏi đá và thái hạt lựu.
d) Cắt đôi quả bơ và loại bỏ hạt. Loại bỏ trái cây khỏi vỏ và cắt thành khối.
e) Trộn tất cả các thành phần salad đã chuẩn bị trong một cái bát. Mưa phùn với nước sốt và phục vụ.

42. Salad cà tím với rau bina nướng

Làm cho: 4

THÀNH PHẦN:

- 1 miếng cà tím thái lát mỏng
- ⅛ chén chỉ lá bạc hà
- ½ bó lá mùi tây
- 1 muỗng canh oregano
- ¼ chén cà chua khử nước cắt làm ba
- 4 chén rau bina tươi
- 2 tép tỏi, thái nhỏ, để làm nước sốt
- 1 muỗng canh tahini để thay đồ
- ½ muỗng canh ớt bột để thay đồ
- 1 miếng nước cốt chanh, để thay đồ
- 1 muỗng canh dầu ô liu để thay đồ
- 1 chút muối để chấm
- ¼ chén phô mai feta vụn

HƯỚNG DẪN:

a) Làm nóng vỉ nướng ở nhiệt độ cao; nướng cà tím cho đến khi hình thành các vết nướng cổ điển. Xóa và đặt trước

b) Trong một cái bát, trộn cà tím với lá bạc hà, rau mùi tây, rau oregano, cà chua khử nước và rau bina.

c) Trong một cái bát, trộn tỏi, tahini, ớt bột, chanh và dầu ô liu bằng cây đánh trứng và nêm gia vị theo ý thích của bạn.

d) Trộn salad với nước sốt và rắc phô mai feta theo ý thích của bạn.

43. Xà lách khoai tây

Thực hiện: 4 phần ăn

THÀNH PHẦN:

- 1 kg khoai xanh
- 200 g củ dền
- Muối
- Hạt tiêu
- 2 bó hành lá
- 250 g kem chua
- 5 muỗng canh giấm rượu trắng
- 2 bó củ cải
- ¼ luống cải xoong
- ¼ củ cải đường

HƯỚNG DẪN:

a) Rửa khoai tây và củ cải đường kỹ lưỡng và nấu trong nhiều nước muối trong khoảng 15 phút.

b) Rửa sạch hành lá, làm sạch và cắt thành dải mỏng.
c) Cho hành lá vào nước đá để cuộn lại.
d) Trộn kem chua và giấm - nêm muối và hạt tiêu.
e) Để ráo khoai tây, bỏ vỏ, gọt vỏ và thái hạt lựu.
f) Rửa sạch củ cải đường với nước lạnh, gọt vỏ và cắt thành lát mỏng.
g) Củ cải rửa thật sạch, bổ làm tư.
h) Trộn khoai tây, củ dền, hành lá và củ cải với nước xốt.
i) Sắp xếp trong bát. Rắc cải xoong.

44. Salad cà chua với khối bơ

Thực hiện: 4 phần ăn

THÀNH PHẦN:

- 750 g mỗi loại cà chua xanh và đỏ, thái lát
- tên lửa 100 g
- 2 củ hành đỏ, thái lát
- 2 quả bơ chín, cắt đôi và thái lát
- 2 thìa nước cốt chanh
- 3 muỗng canh hạt hướng dương
- 4 muỗng canh giấm balsamic
- 1 muỗng cà phê đường
- 4 muỗng canh dầu ô liu
- Muối
- Hạt tiêu

HƯỚNG DẪN:

a) Gọt vỏ và cắt đôi quả bơ. Rưới cùi với nước cốt chanh.

b) Để rang hạt hướng dương trong chảo không có mỡ, vớt ra.

c) Trộn giấm và đường.
d) Mưa phùn dầu trong một dòng mỏng.
e) Nêm với muối và hạt tiêu.
f) Trộn cà chua, hành tây, ravioli và bơ với dầu giấm.
g) Xếp salad ra đĩa và rắc hạt hướng dương.

SÚP VÀ Hầm

45. Hầm đậu lăng nhạt

THÀNH PHẦN:

- 250 g đậu lăng nâu
- 1 quả bí xanh
- 2 củ cà rốt
- 1 củ hành tây
- 1 tép tỏi
- 1 lá nguyệt quế
- 2 nhánh cà chua nhỏ
- 1 miếng gừng
- 3 muỗng cà phê dầu ô liu
- 2 nhánh rau mùi hoặc mùi tây
- Muối và tiêu

HƯỚNG DẪN:

a) Chuẩn bị rau. Đầu tiên, bạn bóc vỏ hành và tỏi rồi băm nhỏ. Sau đó, gọt vỏ gừng và thái nhỏ. Và cuối cùng, gọt vỏ cà rốt, rửa sạch bí xanh, bỏ hạt và cắt thành khối vuông.

b) Xào các loại rau củ. Đun nóng 2 muỗng cà phê dầu trong chảo, thêm một nửa số hành tây và tỏi và nấu trong khoảng 3 hoặc 4 phút hoặc lâu hơn. Sau đó thêm gừng, lá nguyệt quế, cà rốt và bí ngòi vào xào một chút.
c) Nấu đậu lăng. Sau khi xào rau, thêm đậu lăng. Đậy nắp với ¾ lít (750 ml) nước và nấu trên lửa nhỏ trong 45 phút cho đến khi đậu lăng mềm và để riêng.

LẮP RÁP TẤM

d) Cuối cùng, rửa sạch cà chua và thái nhỏ. Trộn chúng với phần hành và tỏi còn lại, nêm muối, tiêu và dầu còn lại. Chia đậu lăng thành 4 bát hoặc tô, thêm cà chua băm và một ít lá rau mùi hoặc rau mùi tây.
e) Và nếu bạn muốn có một phiên bản tươi và cực nhanh, thay vì hầm đậu lăng, bạn có thể mua chúng đã được nấu chín và làm món salad.
f) Bạn phải xào rau một chút, nhưng không quá nhiều để chúng vẫn còn nguyên vị. Và trộn chúng với đậu lăng đã được nấu chín và để ráo nước, và cà chua băm.

46. Súp rau và quinoa

Làm cho: 2 phần ăn

THÀNH PHẦN:

- 1 quả bí xanh lớn
- 2 củ cà rốt vừa;
- ½ bánh canh
- 4 bông súp lơ
- ½ quả cà chua
- 4 ly nước
- 1 củ hành tây
- 3 muỗng canh quinoa
- Dầu ôliu siêu nguyên chất
- Muối

HƯỚNG DẪN:

a) Nấu tất cả mọi thứ trong nước và muối, bí xanh, cà rốt, mandioquinha, súp lơ, cà chua và hành tây.

b) Khi mọi thứ đã chín, đã đến lúc thêm quinoa đã chiên.

c) Lấy ra khỏi nhiệt, quét một miếng phi lê dầu ô liu và phục vụ ngay lập tức.

47. Súp giảm béo C gà và đậu

Làm cho: 8

THÀNH PHẦN:

- 200 g ức gà
- Muối
- 1 củ hành tây xắt nhỏ
- 1 muỗng cà phê dầu ô liu
- 2 tép tỏi, băm nhỏ
- 2 chén cà chua bi xắt nhỏ
- 2 củ cà rốt xắt nhỏ
- 1 quả ớt xanh xắt nhỏ
- 1 quả ớt băm nhỏ
- 1 thìa ớt bột
- 1 ½ muỗng cà phê thì là
- 1 muỗng cà phê nghệ
- 1 muỗng cà phê ớt bột

- ¼ muỗng cà phê oregano khô
- 4 chén nước dùng gà ít natri
- 2 chén ngô
- 500 g đậu đen rửa sạch để ráo nước
- 1 chén rau mùi tươi
- 1 chén phô mai

HƯỚNG DẪN:

a) Nấu ức gà trong chảo chứa đầy nước trên lửa vừa và cao trong 10 đến 15 phút; Xóa sạch nó.

b) Đổ dầu ô liu vào một cái chảo lớn và đun nóng trên lửa vừa.

c) Thêm hành tây và tỏi trong khoảng 5 đến 8 phút hoặc cho đến khi hành tây trong mờ.

d) Cho cà chua, cà rốt, ớt và đánh đều vào máy xay sinh tố hoặc máy xay thực phẩm.

e) Cho gia vị và 1 thìa cà phê vào chảo của bước 3. Thêm thịt gà xé, hỗn hợp ở bước 4, bắp, đậu và 2/4 chén hành ngò vào. Nếu bạn thấy súp quá đặc, hãy cho nước vào.

f) Nấu với chảo được đậy kín một phần trong 30 phút đến một giờ, cho đến khi ngô vẫn mềm.

g) Phục vụ súp trang trí với pho mát và phần còn lại của rau mùi.

48. Khoai tây và nước dùng

Làm cho: 6

THÀNH PHẦN

- 2 pound khoai tây mới
- 6 cốc nước
- 6 viên bò hầm

HƯỚNG DẪN:

a) Thêm khoai tây vào nước sôi.
b) Thêm nước dùng và nấu ở nhiệt độ thấp trong 1 giờ.

49. Súp lơ trắng nghệ vàng

Làm cho: 4

THÀNH PHẦN

- 3 tép tỏi, băm nhỏ
- 3 muỗng canh dầu hạt nho
- ⅛ muỗng canh ớt đỏ nghiền
- 1 muỗng canh bột nghệ
- ¼ cốc nước cốt dừa nguyên chất
- 6 chén hoa súp lơ
- 1 muỗng canh bột thì là
- 1 củ hành tây hoặc củ thì là, băm nhỏ
- 3 chén nước luộc rau

HƯỚNG DẪN:

a) Kết hợp và nấu ở nhiệt độ thấp trong 1 giờ.

50. Súp giải rượu Crockpot

Làm cho: 6

THÀNH PHẦN

- dưa cải bắp đóng hộp 16 ounce; rửa sạch
- 2 lát thịt xông khói, nấu chín
- 4 chén nước dùng thịt bò
- ½ pound xúc xích Ba Lan; thái lát và nấu chín
- 1 củ hành tây; băm nhỏ
- 1 muỗng cà phê hạt thì là
- 2 quả cà chua; băm nhỏ
- 1 quả ớt chuông; băm nhỏ
- 2 cọng cần tây; cắt lát
- 2 thìa cà phê ớt bột
- 1 chén nấm, thái lát
- ½ chén kem chua

HƯỚNG DẪN:

a) Kết hợp các thành phần trong một crockpot.
b) Nấu trong 1 giờ ở nhiệt độ thấp.

51. Súp khoai tây Đức

Làm cho: 6

THÀNH PHẦN :

- 6 cốc nước
- 3 chén khoai tây thái hạt lựu
- 1¼ chén cần tây thái lát
- ½ muỗng cà phê muối
- ½ chén hành tây, thái hạt lựu
- ⅛ muỗng cà phê tiêu

THỊT BÓNG THẢ:

- ½ muỗng cà phê muối
- 1 quả trứng đánh tan
- ⅓ cốc nước
- 1 chén bột mì đa dụng

HƯỚNG DẪN:

a) Trộn 6 thành phần đầu tiên bằng Crockpot và Nấu ở nhiệt độ thấp trong khoảng 1 giờ cho đến khi mềm.

b) Loại bỏ và nghiền rau

CHO BÚN:

c) Trộn bột mì, nước, muối và trứng.

d) Rắc lên súp nóng.

e) Nấu trong khoảng 15 phút.

GIA CẦM

52. gà săn

Làm cho: 4

THÀNH PHẦN

- Phi lê ức gà gói 650g
- 12 miếng thịt xông khói sọc
- 250ml sốt thịt nướng
- 2 gói phô mai mozzarella giảm béo 240g
- 2 muỗng canh Parmesan bào
- khoai tây chiên và đậu Hà Lan nấu trong lò, để phục vụ

HƯỚNG DẪN:

a) Làm nóng lò nướng ở nhiệt độ gas 6, 200°C, quạt 180°C. Ức gà ướp gia vị, đặt lên thớt và quấn 3 lát thịt xông khói quanh mỗi miếng phi lê, hơi chồng lên nhau và đảm bảo các đầu của miếng thịt xông khói ở dưới miếng thịt gà để chúng không bị bung ra.

b) Chuyển gà vào đĩa nướng và nướng trong 25-30 phút cho đến khi thịt xông khói giòn và gà chín. Đổ nước sốt thịt nướng và xé mozzarella.

c) Rắc phô mai Parmesan, nếu dùng, sau đó nướng trong 5-8 phút cho đến khi vàng và sủi bọt. Phục vụ với khoai tây chiên và đậu Hà Lan, nếu bạn thích, với nước sốt thịt nướng từ món ăn đổ lên trên.

53. Ức vịt với mận mirabelle

Làm cho: 4 phần ăn

THÀNH PHẦN:

- 2 ức vịt
- 300 g mận
- 1 muỗng cà phê thịt gà, cà phê xay
- 3 ounce rượu mận
- 50 g bơ lạnh
- Muối và hạt tiêu từ nhà máy

HƯỚNG DẪN:

a) Để Mirabelle rã đông ở nhiệt độ phòng.

b) Loại bỏ một số chất béo từ hai bên ngực. Cắt da theo hình chữ thập, sử dụng một con dao sắc.

c) Đặt mặt da của chúng vào chảo nóng, không thêm chất béo. Nấu trong 6 phút ở nhiệt độ cao.

d) Lật chúng lại và đun nhỏ lửa trong 4 phút. Để chúng nghỉ ngơi trên đĩa có phủ giấy nhôm.

e) Làm sạch dầu mỡ khỏi chảo mà không cần lau. Cho mận vào và nấu trong 2 đến 3 phút trong khi khuấy. Lấy chúng ra khỏi chảo và giữ ấm. Thay thế bằng đáy của gia cầm pha loãng trong nước và rượu mạnh. Đun sôi bằng cách dùng thìa gỗ bóc bỏ phần nước nấu. Khuấy từng miếng bơ nhỏ trong khi đánh trứng.

f) Cắt ức vịt. Khuấy nước trái cây trong nước sốt. Pha trộn.

g) Bày những lát vịt phi lê ra đĩa, rưới nước sốt lên và cho mận vào.

h) Phục vụ ngay lập tức.

54. Gói Bơ Thổ Nhĩ Kỳ

Thực hiện: 2 phần ăn

THÀNH PHẦN:

- 4 lát thịt xông khói chưa nấu chín; thái hạt lựu
- ½ chén bơ xắt nhỏ
- ½ chén cà chua xắt nhỏ; hạt bỏ đi
- ½ chén hành tím thái nhỏ
- 2 muỗng canh húng quế tươi xắt nhỏ
- 1 thìa cà phê nước cốt chanh tươi
- Muối kosher
- Hạt tiêu
- ¼ pound Gà tây hun khói thái lát mỏng
- 1 chén arugula xắt nhỏ được đóng gói chắc chắn
- 2 bánh bột mì

HƯỚNG DẪN:

a) Đun nóng chảo không dính lớn trên lửa vừa. Thêm thịt xông khói và nấu cho đến khi giòn và có màu nâu, khoảng 5 phút, thỉnh thoảng khuấy. Sử dụng một cái muỗng có rãnh, chuyển thịt xông khói vào đĩa có lót khăn giấy.

b) Kết hợp bơ, cà chua, hành tây, húng quế, nước cốt chanh và thịt xông khói trong một bát nhỏ.

c) Nêm muối kosher và hạt tiêu cho vừa ăn.

d) Làm nóng bánh tortillas trong chảo chống dính lớn ở nhiệt độ trung bình cao, khoảng 15 giây cho mỗi bên. Bánh ngô cũng có thể được cho vào lò vi sóng ở nhiệt độ cao trong 10 hoặc 15 giây, hoặc bọc trong giấy nhôm và làm nóng trong lò ở 350 độ trong 3 đến 5 phút.

e) Chia đều hỗn hợp bơ giữa các bánh tortillas và phết lên từng cái, để lại ít nhất một đường viền 1 inch xung quanh mép. Chia gà tây và rau arugula giữa các bánh tortilla và đặt lên trên hỗn hợp bơ thành hình chữ nhật 2 x 5 inch ở nửa dưới của mỗi bánh tortilla.

f) Gấp các cạnh bên phải và bên trái của bánh tortilla lên trên phần nhân, về phía trung tâm. Gấp cạnh dưới của bánh tortilla về phía giữa và nhẹ nhàng cuộn cho đến khi bánh tortilla bao trọn phần nhân.

55. bánh gà với thịt gà

Thực hiện: 5 phần ăn

THÀNH PHẦN:

- 1 miếng gà nguyên con
- 3 củ khoai tây lớn (hoặc khoai lang)
- 2 củ hành tây
- 4 tép tỏi
- ½ chén nước sốt cà chua
- 1 chén chuối xanh nấu chín
- 1 muỗng canh mỡ lợn
- 1 cốc sữa
- Muối, hạt tiêu đen và ớt cayenne, ớt bột, nhục đậu khấu, thìa là, cà ri

HƯỚNG DẪN:

a) Đầu tiên, nấu ức gà trong nước. Chế vào nồi áp suất và để 20 phút kể từ khi nồi sôi.

b) Luộc chín gà, cho khoai tây vào nước để làm nhuyễn.
c) Làm món khoai tây nghiền với bơ và thêm sữa để tạo độ đặc mà bạn thích. Nêm muối, hạt tiêu đen và hạt nhục đậu khấu.
d) Bây giờ gà đã nguội, bạn có thể nghiền nhỏ mọi thứ.
e) Trong một cái chảo nâu hành tây với dầu tối thiểu. Thêm tỏi, nước sốt cà chua và thịt gà. Trộn đều, nếu phần này khô cho thêm ít nước. Đi đặt gia vị: muối, hạt tiêu đen, ớt cayenne, thì là, cà ri. Hãy thử xem nếu nó là ý thích của bạn.
f) Nếu bạn đã thích nó thì tuyệt vời như thế nào. Nhưng nếu bạn muốn có độ đặc cao hơn, thì chuối xanh nghiền nhuyễn là lý tưởng nhất, nếu không, bạn có thể sử dụng sữa với bột ngô.
g) Để bày biện món ăn, cho gà áp chảo xuống và rắc khoai tây nghiền lên trên. Cho vào lò nướng nhiệt độ dưới 180°C trong 20 phút.

56. Salad gà và tỏi tây

Thực hiện: 4 phần ăn

THÀNH PHẦN:

- 450 g phi lê ức gà
- Muối
- Hạt tiêu
- 2 muỗng canh dầu ô liu
- 3 củ tỏi tây
- 2 quả táo nhỏ (300 g)
- ½ quả chanh (nước cốt)
- 50 ml nước dùng rau củ
- 2 muỗng canh giấm rượu vang đỏ
- 1 muỗng cà phê mù tạt
- 1 muỗng cà phê xi-rô cây phong
- 50 g sữa chua (3,5% chất béo)
- 1 muỗng cà phê ớt bột
- 1 muỗng canh hạt vừng nhạt (15 g)

HƯỚNG DẪN:

a) Phi lê ức gà rửa sạch, thấm khô, ướp với muối và tiêu. Đun nóng 1 muỗng canh dầu trong chảo; nướng thịt gà trong 4-5 phút, lật mặt.
b) Sau đó đặt vào đĩa chịu nhiệt và nấu trong lò đã làm nóng trước ở 110 ° C (không khí lưu thông 90 ° C, gas: giai đoạn 1-2) trong khoảng 8-10 phút.
c) Trong khi đó, tỏi tây tươi, rửa sạch và cắt chéo thành các vòng, đun nóng 1 muỗng canh dầu trong chảo. Hẹ tây nâu trên lửa vừa trong khoảng 5 phút, nêm muối và hạt tiêu, tắt bếp và để nguội trong 5 phút. Trong khi làm như vậy, hãy rửa sạch táo, bổ đôi, bỏ lõi, cắt thành lát mỏng và rưới nước cốt chanh.
d) Đánh đều nước dùng, giấm, muối, hạt tiêu, mù tạt, xi-rô phong và dầu còn lại rồi cho sữa chua vào khuấy đều.
e) Lấy gà đã nướng ra khỏi lò và để nguội trong 5 phút.
f) Trộn tỏi tây với các lát táo, trải ra đĩa và rưới nước xốt lên. Ức gà thái miếng vừa ăn, bày ra đĩa.
g) Rắc salad gà và tỏi tây với ớt bột và hạt vừng và phục vụ.

57. Gà tây dải với bông cải xanh và sốt chanh

Thực hiện: 4 phần ăn

THÀNH PHẦN:

- 600 g ức gà tây
- 800 g bông cải xanh
- muối
- 1 quả chanh hữu cơ
- 2 tép tỏi
- 3 nhánh mùi tây
- 2 muỗng canh dầu mè
- hạt tiêu

HƯỚNG DẪN:

a) Ức gà tây rửa sạch dưới nước lạnh, thấm khô và cắt thành dải.

b) Rửa và làm sạch bông cải xanh, cắt thành những bông hoa và nấu trong nước sôi, một chút muối trong khoảng 5 phút.

c) Chanh rửa sạch, thấm khô nước, bóc vỏ và vắt lấy nước cốt. Bóc vỏ tỏi và thái nhỏ.
d) Rau mùi tây rửa sạch, để ráo và thái nhỏ.
e) Đun nóng dầu trong chảo và nướng các dải gà tây trong 2-3 phút cho đến khi vàng nâu, nêm muối và tiêu.
f) Thêm nước cốt chanh và một ít nước nếu cần và thêm bông cải xanh, vỏ chanh và tỏi.
g) Để lửa nhỏ, thêm mùi tây và nêm nếm cho vừa ăn.

58. gạo lứt

Thực hiện: 4 phần ăn

THÀNH PHẦN:

- 6 nửa ức gà
- 1 và ½ chén cần tây xắt nhỏ
- 1 và ½ chén hành tây
- 1 muỗng cà phê tarragon tươi
- 2 chén nước luộc gà không muối
- 1 cộng với ½ chén rượu vang trắng khô
- 2 chén gạo lứt nấu chín

HƯỚNG DẪN:

a) Ức gà rửa sạch, để ráo, thái miếng vuông nhỏ.

b) Cho thịt gà đã cắt, cần tây xắt nhỏ, hành tây xắt nhỏ, ngải giấm và 1 chén nước luộc gà không muối vào một cái bát, trộn đều mọi thứ và để ướp trong nửa giờ.
c) Cho vào chảo với một muỗng cà phê dầu ô liu và nấu trên lửa vừa cho đến khi thịt gà và rau mềm trong khoảng 10 phút.
d) Loại bỏ và để nguội.
e) Trong một món nướng, trộn rượu, 1 chén nước dùng và gạo lứt đã nấu chín, thêm thịt gà và đặt mọi thứ vào một món nướng.
f) Đậy giấy bạc bằng giấy bạc và nấu trong lò đã làm nóng trước ở nhiệt độ 200º C trong khoảng 15 phút.
g) Lấy ra và dùng nóng.

59. Gà với bông cải xanh và sốt yuzu

Thực hiện: 4 phần ăn

THÀNH PHẦN:

- 600 g ức gà
- 800 g bông cải xanh
- Muối
- 1 yuzu
- 2 tép tỏi
- 3 nhánh mùi tây
- 2 muỗng canh dầu mè
- Hạt tiêu

HƯỚNG DẪN:

a) Ức gà rửa sạch dưới nước lạnh, thấm khô và cắt thành dải.

b) Rửa và làm sạch bông cải xanh, cắt thành những bông hoa và nấu trong nước sôi, một chút muối trong khoảng 5 phút.

c) Rửa sạch quả yuzu nóng, thấm khô, bóc vỏ và ép lấy nước. Bóc vỏ tỏi và thái nhỏ.

d) Rau mùi tây rửa sạch, để ráo và thái nhỏ.

e) Đun nóng dầu mè trong chảo và nướng các dải gà tây trong đó trong 2-3 phút cho đến khi có màu vàng nâu, nêm muối và tiêu.

f) Thêm nước ép yuzu và một ít nước nếu cần và thêm bông cải xanh, vỏ chanh và tỏi.

g) Để lửa nhỏ, thêm mùi tây và nêm nếm cho vừa ăn.

60. Keto T urkey

THÀNH PHẦN:

- 175 g thịt nguội gà tây
- 2 quả bơ
- 75 g kem phô mai
- 50 g xà lách
- 60ml dầu oliu
- muối hoặc hạt tiêu

HƯỚNG DẪN:

a) Cho gà tây, bơ thái lát, xà lách và pho mát kem vào đĩa.
b) Đổ dầu ô liu lên trên các loại rau và nêm nếm cho vừa ăn.
c) Thêm một vài nhánh cần tây và lấp đầy phần rỗng của cần tây bằng pho mát kem.

61. Gà tây Tarragon với mangetout và gạo hoang dã

Làm cho: 1 khẩu phần

THÀNH PHẦN:

- 20 g hỗn hợp gạo hoang dã
- Muối
- Hạt tiêu
- 40 g đậu Hà Lan đường
- 1 miếng bít tết gà tây (khoảng 150 g)
- 1 tép tỏi nhỏ
- ngải giấm 4 nhánh
- 1 thìa nước cốt chanh
- 1 muỗng canh dầu
- Quả hồng để trang trí

HƯỚNG DẪN:

a) Chuẩn bị gạo trong nước muối sôi theo hướng dẫn trên bao bì.

b) Mangetout rửa sạch.

c) Rửa sạch thịt và thấm khô.

d) Bóc tỏi và băm nhuyễn.

e) Rửa ngải giấm, để khô và thái nhỏ.

f) Khuấy tỏi và ngải giấm với nước cốt chanh - nêm muối và hạt tiêu.

g) Xoay thịt trong ướp. Đun nóng dầu trong chảo nhỏ. Chiên thịt từ mỗi bên trong khoảng 2 phút trên lửa vừa, giữ ấm.

h) Cho xoài vào chảo mỡ rán. Khử men bằng 75 ml nước. Xào khoảng 5 phút, nêm muối, tiêu.

i) Xả gạo.

j) Xếp gà tây hầm với xoài và cơm ra đĩa và trang trí với tiêu hồng.

CÁ VÀ HẢI SẢN

62. cá tuyết hấp

THÀNH PHẦN:

- 4 phi lê cá tuyết (à 150 g)
- 4 thìa nước cốt chanh
- 2 tỏi tây
- 3 muỗng canh dầu hạt cải
- 100 ml nước dùng rau củ
- Muối
- Hạt tiêu
- húng tây phơi khô
- 1 bó hẹ
- 1 quả chanh hữu cơ

HƯỚNG DẪN:

a) Rửa sạch phi lê cá, thấm khô và rưới 2 thìa nước cốt chanh. Tỏi tây làm sạch, rửa sạch và cắt thành vòng.

b) Đun nóng 1 muỗng canh. Cho dầu vào chảo, cho khô cá vào xào 2 phút lửa vừa. Sau đó lật mặt, thêm nước cốt chanh còn lại và 50 ml nước dùng rau củ rồi đậy nắp, đun lửa nhỏ trong 5-7 phút.

c) Trong khi đó, đun nóng dầu còn lại trong chảo, xào tỏi tây ở lửa vừa trong 2 phút, nêm muối, tiêu và húng tây.

d) Thêm phần rau củ còn lại và nấu tỏi tây trong 5 phút trên lửa nhỏ.

e) Trong khi đó, rửa hẹ, để khô và cắt thành cuộn nhỏ. Chanh rửa sạch, cắt làm tư

f) Nêm phi lê cá và tỏi tây với muối và tiêu, bày ra đĩa và trang trí với hẹ và chanh.

63. <u>Cá kho nước cốt dừa</u>

Thực hiện: 4 phần ăn

THÀNH PHẦN:

- 400 gram cà rốt
- 2 muỗng canh dầu
- 2 muỗng cà phê bột cà ri đỏ
- 1 tép tỏi
- 4 quả ớt
- 1 muỗng canh nước cốt dừa
- Nước ép từ 1 quả chanh
- Muối
- Hạt tiêu
- 600 gram cá tuyết hoặc cá trắng khác
- 1 muỗng canh bột bắp hoặc bột mì
- 1 củ hành lá

HƯỚNG DẪN:

a) Gọt vỏ và cắt cà rốt. Đặt lò nướng ở 200 độ.

b) Cho dầu vào chảo và quét bột cà ri (hoặc cà ri bình thường) trên lửa vừa. Cho cà rốt vào chảo và nấu trong vài phút trong khi cắt tỏi và ớt.
c) Cho cà rốt vào xào để không bị cháy.
d) Cắt tỏi, cắt thành lát mỏng và đặt trên chảo. Rửa sạch ớt, cắt thành khối và đặt vào chảo. Dành vài phút để ớt ngấm thêm một ít chất lỏng và những miếng nhỏ bắt đầu mềm ra.
e) Thêm nước cốt dừa và nấu trên lửa nhỏ. Hãy thử nước sốt dừa với nước cốt chanh, muối và hạt tiêu.
f) Hành lá rửa sạch, cắt khúc rồi trộn nước sốt vào (để lại một ít để rưới ra bát).
g) Làm sạch cá và thấm khô bằng khăn giấy nhỏ hoặc khăn rửa chén sạch, nêm muối và hạt tiêu.
h) Đổ nước cốt dừa vào chảo, xếp các miếng cá lên trên. Đảo đều lò khoảng 12 phút hoặc cho đến khi cá chín mềm nhưng vẫn mọng nước.
i) Rắc hành lá cuối cùng lên trên và ăn nguyên vỏ.

64. Poké Bowl với cá hồi

THÀNH PHẦN:

- 250 gr phi lê cá hồi tươi
- 1 quả bơ
- 150 gr cơm (sushi)
- 2 muỗng canh dấm gạo
- ½ quả dưa chuột
- Hạt mè
- 175 g xoài
- 30 g cỏ linh lăng
- 2 muỗng canh sốt mayonaise
- 2 muỗng canh nước cốt chanh
- ớt mảnh để hương vị

Ướp CÁ HỒI:

- 1 muỗng canh nước tương
- 1 muỗng canh dầu mè
- 1 muỗng canh nước cốt chanh

HƯỚNG DẪN:

a) Cắt cá hồi thành khối vuông, thêm các nguyên liệu làm nước xốt và đậy kín trong tủ lạnh càng lâu càng tốt.
b) Chuẩn bị gạo và sau đó rắc giấm gạo.
c) Cắt dưa chuột, xoài và bơ thành miếng.
d) Trộn các thành phần cho nước sốt. Chia các khối cá hồi, cơm, dưa chuột, bơ và xoài vào 2 bát và chia thành các mặt phẳng riêng biệt.
e) Trang trí với một ít cỏ linh lăng, sốt mayo chanh và hạt vừng.

65. Salsa cá hồi với bơ

Làm cho:1

THÀNH PHẦN:

- ½ muỗng canh dầu ô liu
- ¼ muỗng cà phê muối
- ½ muỗng cà phê tiêu đen
- ½ muỗng cà phê bột ớt
- 115 gram phi lê cá hồi
- ½ quả bơ
- ¼ củ hành tím
- 1 muỗng canh nước cốt chanh tươi
- 1 muỗng canh rau mùi tươi
- 3 quả cà chua bi

HƯỚNG DẪN:

a) Trộn dầu, muối, hạt tiêu bao gồm ớt bột vào tô.

b) Bọc phi lê cá hồi bao gồm cả nước xốt và cho vào tủ lạnh trong 30 phút.

c) Nướng cá hồi ở cả hai mặt trong 2 phút ở nhiệt độ cao.

d) Trộn bơ, cà chua xắt nhỏ, ¼ củ hành tím, nước cốt chanh, 1 muỗng canh dầu ô liu bao gồm muối cho vừa ăn trong một bát riêng.

e) Phục vụ cá hồi trên salsa bơ và trang trí với rau mùi xắt nhỏ. Phục vụ với một món salad xanh trộn.

66. Quả bí ngô Spaghetti với tôm

THÀNH PHẦN:

- 2 muỗng canh dầu mè
- 2 muỗng canh hành trắng thái nhỏ
- 1 muỗng canh tỏi băm nhỏ
- 1 muỗng canh gừng thái nhỏ
- 1 chén cà rốt cắt thành dải
- ½ chén đậu nành
- 1 chén đậu Trung Quốc
- 1 chén tôm sạch
- 2 miếng bí ngô cắt thành dải mỏng
- 1 chén mùi tây
- 2 thìa ớt
- 1 chén hành tây xắt nhỏ, cắt thành dải
- 1 nhúm muối
- 1 nhúm tiêu

HƯỚNG DẪN:

a) Đun nóng chảo sâu lòng hoặc chảo dành cho thức ăn phương Đông trên lửa vừa với dầu mè.

b) Thêm hành trắng, tỏi cho đến khi chúng có màu sáng, thêm gừng và nấu thêm 3 phút nữa.
c) Cho cà rốt vào với nước tương, cho đậu Hà Lan cùng với tôm vào nấu chín, thêm bí đao, lá mùi tây, nêm ớt, hành khoanh, muối tiêu theo sở thích.
d) Phục vụ và thưởng thức.

67. tôm Mexico

Làm cho: 4 phần ăn

THÀNH PHẦN:

- 1 muỗng canh dầu ô liu siêu nguyên chất
- 1 muỗng cà phê ớt bột
- 1 muỗng cà phê muối natri thấp
- 1 lb. tôm vừa, bóc vỏ và bỏ chỉ
- 1 quả bơ, đọ sức và thái hạt lựu
- Xà lách cắt nhỏ, để phục vụ
- Rau mùi tươi, để phục vụ
- 1 quả chanh, cắt thành nêm

ĐỐI VỚI CÁC CON VÒI:

- 6 lòng trắng trứng
- ¼ chén bột dừa
- ¼ cốc sữa hạnh nhân
- ½ muỗng cà phê muối natri thấp
- ½ muỗng cà phê thì là

- ¼ muỗng cà phê ớt bột

HƯỚNG DẪN:

a) Kết hợp tất cả các thành phần tortilla .

b) H ăn một cái chảo và trộn dầu ô liu, bột ớt, muối natri thấp và trộn với tôm để áo. Để qua một bên.

c) Tráng chảo bằng xịt dầu hạnh nhân và đổ một ít bột lên chảo thành lớp mỏng. lớp.

d) Nấu trong 2 phút , lật mặt và nấu thêm 2 phút nữa cho đến khi có màu nâu nhạt .

e) Cho tôm, rau diếp, bơ và ngò lên trên mỗi chiếc bánh tortilla.

68. Salmo chanh và cỏ xạ hương n

Làm cho: 4 phần ăn

THÀNH PHẦN:

- 1 quả chanh, thái lát mỏng
- 1 muỗng canh húng tây tươi
- miếng cá hồi 32 ounce
- 1 muỗng canh nụ bạch hoa
- Nhúm muối natri thấp và hạt tiêu mới xay
- Dầu ô liu

HƯỚNG DẪN:

a) Lót một tấm nướng có viền bằng giấy da .
b) Xếp cá hồi, mặt da úp xuống, trên khay nướng đã chuẩn bị.
c) Nêm với muối và hạt tiêu.
d) Sắp xếp nụ bạch hoa , chanh thái lát và cỏ xạ hương trên cá hồi .
e) B ake ở 400 độ F trong 25 phút.

69. Tôm Scampi & Spaghetti S quash

Làm cho: 4 phần ăn

THÀNH PHẦN:

ĐỐI VỚI Mỳ Ý:

- 1 bí spaghetti , làm mềm và giảm một nửa theo chiều dọc
- Dầu ôliu siêu nguyên chất, dành cho mưa phùn
- Muối và hạt tiêu natri thấp
- 1 muỗng cà phê oregano khô
- 1 muỗng cà phê húng quế khô

ĐỐI VỚI TÔM SCAMPI:

- 8 lạng tôm, bóc vỏ và bỏ chỉ
- 3 muỗng canh bơ
- 2 muỗng canh dầu ô liu nguyên chất
- 2 tép tỏi, băm nhỏ
- Một nhúm mảnh ớt đỏ
- nhúm muối và hạt tiêu
- 1 muỗng canh mùi tây tươi, xắt nhỏ
- Nước cốt của 1 quả chanh
- Vắt nửa quả chanh

HƯỚNG DẪN:

a) Làm nóng lò ở 400 độ F.
b) Đặt nửa quả bí trên một tấm nướng có viền.
c) Rưới dầu và rắc một ít gia vị.
d) Nướng trong lò trong 50 phút .
e) Dùng nĩa nạo phần bên trong để cắt bí thành sợi.
f) Đun chảy bơ và dầu ô liu trong chảo trên lửa vừa.
g) Thêm tỏi và xào trong 3 phút.
h) Trộn trong tôm , muối, hạt tiêu và hạt tiêu.
i) Nấu trong 5 phút, cho đến khi tôm chín.
j) Tắt bếp và cho bí spaghetti đã nấu chín vào.
k) Quăng với nước cốt chanh và niềm say mê.
l) Top với rau mùi tây.

70. Cá tuyết sốt cà chua

Làm cho: 5

THÀNH PHẦN:

- 2 muỗng canh dầu ô liu
- 3 muỗng canh bột cà chua
- 1 muỗng cà phê thì là khô
- 2 muỗng cà phê sumac
- 2 muỗng cà phê rau mùi
- 1½ muỗng cà phê thì là xay
- 1 muỗng cà phê bột nghệ
- 1 củ hành ngọt, thái hạt lựu
- 8 tép tỏi, đập dập
- 2 ớt jalapeño, xắt nhỏ
- 2 muỗng canh nước cốt chanh
- 5 quả cà chua vừa, xắt nhỏ

- ½ cốc nước
- 5 phi lê cá tuyết
- nhúm muối
- Nhúm hạt tiêu đen xay

HƯỚNG DẪN:

a) Đối với hỗn hợp gia vị: Cho thì là và gia vị vào một cái bát và trộn đều.

b) Cho dầu ăn vào chảo và xào hành tây trong khoảng 2 phút.

c) Xào khoảng 2 phút với tỏi và ớt jalapeño.

d) Khuấy cà chua, bột cà chua, nước cốt chanh, nước, một nửa hỗn hợp gia vị, muối và hạt tiêu rồi đun sôi.

e) Nấu, đậy nắp, trong khoảng 10 phút ở nhiệt độ trung bình thấp, thỉnh thoảng khuấy.

f) Nêm đều phi lê cá tuyết với hỗn hợp gia vị còn lại, muối và hạt tiêu.

g) Đặt phi lê cá vào chảo và ấn nhẹ vào hỗn hợp cà chua.

h) Đặt nhiệt ở mức trung bình cao và nấu trong khoảng 2 phút.

i) Đun nhỏ lửa , đậy nắp, trong khoảng 15 phút

71. cá rô phi gừng

Làm cho: 5

THÀNH PHẦN:

- 5 miếng phi lê cá rô phi
- 3 tép tỏi, nghiền nát
- 2 muỗng canh gừng tươi, thái nhỏ
- 2 muỗng canh dừa không đường, nạo
- 2 muỗng canh amino dừa
- 8 củ hành tây, xắt nhỏ
- 2 muỗng canh dầu hạnh nhân

HƯỚNG DẪN:

a) mỗi mặt khoảng 2 phút .

b) Cho tỏi, dừa và gừng vào nấu trong 1 phút.

c) Thêm aminos dừa và nấu thêm 1 phút nữa .

d) Thêm hành lá và nấu thêm khoảng 2 phút nữa.

72. Swiss C hard & Haddock

Làm cho: 1

THÀNH PHẦN:

- 2 muỗng canh dầu hạnh nhân
- 2 tép tỏi, nghiền nát
- 2 muỗng cà phê gừng tươi, bào mịn
- 1 miếng phi lê cá tuyết
- Muối và tiêu đen xay
- 2 chén củ cải Thụy Sĩ, xắt nhỏ
- 1 muỗng cà phê amino dừa

HƯỚNG DẪN:

a) Trong một cái chảo, làm tan chảy 1 muỗng canh dầu hạnh nhân trên lửa vừa

b) Xào tỏi và gừng trong khoảng 1 phút.

c) Thêm cá tuyết chấm cùng với muối và hạt tiêu ; nấu trong 4 phút cho mỗi bên .

d) Tôi dùng một cái chảo khác, làm tan chảy phần dầu hạnh nhân còn lại và nấu củ cải và dừa amino trong khoảng 8 phút.

e) Phục vụ phi lê cá hồi trên chard.

73. cá hồi fettuccini

Làm cho: 6 phần ăn

THÀNH PHẦN

- 12 ounce cá hồi tươi, cắt thành phi lê
- Húng quế sạch
- muối biển và hạt tiêu để hương vị
- 1 muỗng canh bơ làm rõ
- Vắt 1 quả chanh, khoảng 3 muỗng canh
- 2 tép tỏi, băm nhỏ
- 12 ounce fettuccini đánh vần, nấu chín
- 20 lá mồng tơi

HƯỚNG DẪN

a) Làm nóng lò nướng trước.

b) Chà nhẹ cá hồi với muối và hạt tiêu, sau đó nướng trong 6 phút mỗi mặt cho đến khi cá dễ dàng bong ra bằng nĩa.

c) Đun nóng nước cốt chanh và tỏi với bơ .

d) Cho mì ống, sốt bơ tỏi, rau bina và húng quế tươi vào đĩa phục vụ.

THỊT LỢN

74. Thăn heo với bánh phồng nướng

Làm cho: 6 phần ăn

THÀNH PHẦN:

- 1 tờ bánh phồng
- 1 miếng thịt heo phi lê
- 6 lát thịt xông khói
- 6 lát phô mai
- 1 quả trứng, đánh tan

HƯỚNG DẪN:

a) Làm nóng lò ở 220°C.
b) Nêm phi lê với hạt tiêu và chiên trong chảo.
c) Dự trữ và để nguội.
d) Kéo căng tấm bánh phồng.
e) Ở phần trung tâm, đặt các lát phô mai và sau đó là các lát thịt xông khói sao cho sau đó chúng sẽ quấn thịt thăn.
f) Sau khi thăn được làm mát, đặt nó trên thịt xông khói.
g) Cuối cùng, đóng bánh phồng.

h) Trải thăn lợn đã bọc trong bánh phồng với trứng đã đánh và cho vào lò nướng trong khoảng 30 phút.

75. <u>Thăn lợn sốt táo</u>

Làm cho: 12

THÀNH PHẦN

- 3 nhánh hương thảo
- 1 muỗng cà phê muối
- 1 thìa cà phê tiêu
- 2 muỗng canh Dầu thực vật
- 2 muỗng canh mù tạt Dijon
- 1 thăn heo rút xương nướng
- 1 chén nước sốt táo
- 1 thìa mật ong

HƯỚNG DẪN:

a) Chà thịt nướng với muối và hạt tiêu, sốt táo, mù tạt và mật ong.
b) Đặt món nướng bằng Crockpot và phủ lên trên những nhánh hương thảo.
c) Nướng trong 2 giờ.

76. Thịt lợn ớt trong Crockpot

Làm cho: 8

THÀNH PHẦN

- 1 muỗng cà phê đường
- Thì là, 1 muỗng cà phê
- 2 muỗng cà phê oregano
- Muối, 1 muỗng cà phê
- 3 pound thịt lợn không xương, hình khối
- 3 muỗng cà phê bột cà chua
- 2 củ hành tây, xắt nhỏ
- Tỏi băm nhỏ, 2 tép
- 2 muỗng canh dầu salad
- Kem đánh bông, ½ cốc
- Nước, 1 cốc

PHỤC VỤ

- khoai tây chiên
- Trái bơ
- Kem chua

HƯỚNG DẪN:

a) Nướng thịt lợn trong Crockpot với dầu.

b) Thêm hành tây, tỏi, bột ớt, thì là và oregano.

c) Thêm thịt lợn trở lại chảo cùng với nước, đường, muối và bột cà chua.

d) Thêm kem và nấu ở nhiệt độ thấp trong 1 giờ.

77. Thịt Viên Tráng Mận Cay

Làm cho: 4

THÀNH PHẦN:

- 1 pound thịt lợn nạc xay
- ½ chén panko
- 2 muỗng cà phê gừng tươi băm nhỏ
- 1 quả trứng, đánh nhẹ
- ¼ muỗng cà phê tiêu đen
- 2 chén gạo thơm, nấu chín
- bình xịt nấu ăn
- 2 muỗng canh dấm gạo
- ⅓ chén nước sốt mận
- ¼ cốc nước
- 2½ muỗng canh nước tương ít natri
- 3 muỗng canh hành lá, thái nhỏ
- 1 muỗng canh tương ớt Sriracha

HƯỚNG DẪN:

a) Trong một cái bát, nhẹ nhàng trộn thịt lợn, panko, trứng, hành lá và hạt tiêu cho đến khi kết hợp tốt.
b) Tạo 24 viên thịt ra khỏi hỗn hợp.
c) Cho thịt viên vào một chiếc Crockpot đã được phun thuốc xịt nấu ăn.
d) Kết hợp nước sốt mận, nước, nước tương, gừng, Sriracha và các thành phần khác trong một cái bát; sau đó, đổ hỗn hợp lên thịt viên.
e) Trong khoảng 1 giờ 30 phút, nấu thịt viên ở mức CAO.
f) Sử dụng thìa có rãnh, chuyển thịt viên vào khay trong khi vẫn giữ hỗn hợp nước sốt trong Crockpot.
g) Lọc hỗn hợp nước sốt vào chảo, sau đó vứt bỏ cặn.
h) Để lửa lớn, thỉnh thoảng khuấy, đun sôi hỗn hợp nước sốt.
i) Nấu, khuấy định kỳ, trong khoảng 4 phút hoặc cho đến khi lớp men giảm bớt.
j) Khuấy giấm gạo.
k) Thêm thịt viên.

78. Thịt heo chà bông Chile với ngô và đậu đen

Làm cho: 8

THÀNH PHẦN:

- 4 bắp ngô tươi, bỏ vỏ
- 3 muỗng canh nước cốt chanh tươi
- ½ chén nước dùng gà không ướp muối
- ⅓ chén hành tím thái nhỏ
- 2 muỗng canh đường nâu đậm
- Ngò tươi
- 1 muỗng canh bột ớt chipotle
- 2 muỗng cà phê ca cao không đường
- 2 thăn lợn, tỉa
- 1 muỗng cà phê tiêu đen
- 2 muỗng cà phê muối kosher
- 30 ounce đậu đen không thêm muối, để ráo nước và rửa sạch
- 3 muỗng canh dầu ô liu

- 1 quả chanh

HƯỚNG DẪN:

a) Cho ngô và nước dùng gà vào Crockpot.

b) Khuấy đều đường nâu, 1 muỗng canh dầu ô liu, bột ớt, ca cao, hạt tiêu đen và 1½ muỗng cà phê muối trong một cái bát.

c) Chà xát thịt thăn bằng hỗn hợp chà xát và đặt lên trên ngô trong Crockpot.

d) Nấu chậm cho đến khi nhiệt kế cắm vào phần dày nhất của thăn chỉ được 140°F và ngô mềm, trong 2 giờ 30 phút đến 3 giờ.

e) Cắt nhân ra khỏi lõi và cho nhân vào bát; cho đậu, ngò, hành tím, nước cốt chanh và 2 thìa dầu ô liu còn lại và ½ thìa muối vào khuấy đều.

f) Cắt quả chanh còn lại thành 8 miếng. Cắt lát thịt lợn. Chia hỗn hợp ngô và thịt lợn thái lát cho 8 đĩa; phục vụ với nêm chanh. Trang trí với lá ngò.

79. Nachos thịt lợn chanh mật ong

Làm cho: 8

THÀNH PHẦN:

- 1½ pound thịt lợn thăn không xương, cắt tỉa
- 1¼ muỗng cà phê muối kosher
- 3 thìa mật ong
- 3 muỗng canh nước cốt chanh tươi
- 1 muỗng canh tỏi thái lát
- 8 ounce chip tortilla nhiều lớp nướng
- 4 ounce tiêu Jack pho mát, cắt nhỏ
- ½ chén cà chua thái hạt lựu
- ⅓ chén hành tím thái lát mỏng
- ¼ chén rau mùi tươi xắt nhỏ
- ⅓ cốc kem chua giảm béo
- 2 muỗng canh sữa nguyên chất

- 8 múi chanh

HƯỚNG DẪN:

a) Rắc thịt lợn với 1 muỗng cà phê muối và cho vào Crockpot. Mưa phùn với mật ong và nước cốt chanh; trên cùng với những lát tỏi.

b) Nấu chậm cho đến khi nhiệt kế cắm vào phần dày nhất của miếng thịt lợn ghi được 140°F, từ 2 đến 3 giờ.

c) Chuyển thịt lợn sang thớt, để dành nước nhỏ giọt trong Crockpot; để thịt lợn nghỉ ngơi trong 10 phút. Cắt thịt lợn thành những khối vuông nhỏ và trộn với nước nhỏ giọt dành riêng trong Crockpot.

d) Sắp xếp khoai tây chiên thành một lớp đều trên khay nướng có viền và phủ thịt lợn và phô mai lên trên.

e) Nướng cho đến khi phô mai tan chảy, khoảng 4 phút. Rắc cà chua, hành tây, ngò và ¼ muỗng cà phê muối còn lại lên trên.

f) Kết hợp kem chua và sữa, và mưa phùn trên nachos.

g) Ăn kèm với chanh.

80. Thăn Heo Sốt Port Và Rosemary

Làm cho: 12

THÀNH PHẦN:

- 3 pound thăn lợn không xương, cắt tỉa
- 8 tép tỏi, cắt đôi theo chiều dọc
- 2¼ muỗng cà phê muối kosher
- 1 muỗng cà phê tiêu đen
- 1 muỗng canh dầu ô liu
- 2 muỗng cà phê bột cá cơm
- 2 nhánh hương thảo tươi
- ½ chén cổng
- Cà chua nghiền không thêm muối 28 ounce, không để ráo nước
- Gói khoai tây hấp và nghiền đông lạnh 24 ounce
- 6 muỗng canh kem tươi
- 6 muỗng canh rưỡi
- 4 muỗng canh bơ không ướp muối

HƯỚNG DẪN:

a) Cắt 16 túi nhỏ xung quanh bên ngoài miếng thịt thăn heo, nhét tỏi vào các túi này.

b) Chà thăn lợn với muối và hạt tiêu.

c) Đun nóng dầu trong chảo không dính trên lửa vừa phải cho đến khi sủi bọt, khoảng 1 phút.

d) Thêm thịt lợn thăn, và nâu trên tất cả các mặt.

e) Chuyển thịt lợn vào Crockpot, để dành nước nhỏ giọt trong chảo.

f) Thêm bột cá cơm và hương thảo, nấu cho đến khi có mùi thơm, khoảng 1 phút.

g) Thêm cổng để nới lỏng các bit màu nâu từ đáy chảo. Chuyển hỗn hợp vào Crockpot, thêm cà chua và ½ muỗng cà phê muối. Nấu chậm cho đến khi nhiệt kế cắm vào phần dày nhất của thịt lợn ghi được 140°F, khoảng 3 giờ. Chuyển thịt lợn sang thớt hoặc đĩa phục vụ, đặt chất lỏng nấu ăn trong Crockpot; để thịt lợn nghỉ ngơi trong 10 phút.

h) Đổ chất lỏng nấu ăn dự trữ vào một cái chảo.

i) Đun sôi trên lửa vừa phải; đun sôi khoảng 8 phút.

j) Chuẩn bị khoai tây theo hướng dẫn trên bao bì, bỏ sữa và bơ.

k) Thêm crème fraîche, nửa rưỡi, 2 muỗng canh bơ, ¾ muỗng cà phê muối còn lại và ½ muỗng cà phê tiêu vào khoai tây đã hấp; nghiền đến độ đặc mong muốn.

l) Khuấy 2 muỗng canh bơ còn lại vào nước sốt cho đến khi tan chảy.

m) Phục vụ thịt lợn thái lát với khoai tây và giảm nước sốt.

81. Posole thịt lợn

Làm cho: 10

THÀNH PHẦN:

- 3 pound nạc vai heo không xương, tỉa và cắt thành miếng 1½-inch
- 1 muỗng canh thì là
- 1 muỗng cà phê muối kosher
- 15-ounce lon hominy trắng, để ráo nước và rửa sạch
- 1 muỗng cà phê tiêu đen
- 1 muỗng canh dầu hạt cải
- 1½ chén ớt poblano xắt nhỏ
- 1½ chén hành vàng xắt nhỏ
- 4 chén nước dùng gà không ướp muối
- Củ năng thái lát mỏng
- Hộp đậu pinto không thêm muối 15 ounce, để ráo nước và rửa sạch
- 1 chén salsa Verde

- hành lá thái mỏng
- Lá oregano tươi

HƯỚNG DẪN:

a) Rắc đều thịt lợn với thì là, muối và hạt tiêu đen. Đun nóng dầu trong chảo trên lửa vừa phải. Thêm một nửa số thịt lợn vào chảo; nấu, thỉnh thoảng khuấy, cho đến khi vàng nâu, khoảng 4 phút. Chuyển sang Crockpot. Lặp lại quy trình với thịt lợn còn lại.

b) Thêm ớt poblano và hành tây, và caramen nhẹ, khoảng 5 phút.

c) Thêm ½ chén nước dùng vào chảo và khuấy để loại bỏ các phần màu nâu ở đáy chảo; chuyển đến Crockpot.

d) Thêm salsa Verde, hominy, đậu pinto và 3½ cốc nước dùng còn lại.

e) Nấu chậm cho đến khi thịt lợn mềm, khoảng 7 tiếng rưỡi.

f) Nghiền một ít đậu và hominy bằng máy nghiền khoai tây.

g) Phục vụ súp với củ cải thái lát, hành lá và lá oregano.

MÓN TRÁNG MIỆNG

82. kem mâm xôi

Để làm món kem ngon này chúng ta cần:

THÀNH PHẦN:

- 500 gr quả mâm xôi rất chín
- 1 chén kem nấu ăn
- 235gr đường

HƯỚNG DẪN:

a) Cho tất cả nguyên liệu vào máy xay sinh tố đến khi đạt được kết cấu mong muốn, sau đó cho vào ngăn đá trong khuôn silicon.
b) Để nó trong ít nhất 30 phút.

83. Quả mâm xôi và sô cô la trắng cốc

THÀNH PHẦN:

- 200gr socola trắng
- 1 chén kem nấu ăn
- 500gr mứt mâm xôi

HƯỚNG DẪN:

a) Làm tan chảy sô cô la trắng trong một cái chảo nhỏ, sau đó thêm kem.

b) Đánh đều để bạn còn lại kết cấu của kem tươi.

c) Xếp xen kẽ một lớp mứt mâm xôi và sau đó là lớp kem trong ly cho đến khi bạn hoàn thành các nguyên liệu.

84. Gourmet Fruit Salad và Kem

THÀNH PHẦN:

- 1 quả đào, thái nhỏ
- 1 muỗng kem hương vị mà bạn thích
- 3 quả dâu tây hoặc 5 quả mâm xôi, thái nhỏ

HƯỚNG DẪN:

a) Xếp các loại trái cây vào bát với viên kem ở giữa và dâu tây hoặc quả mâm xôi xung quanh.

85. chuối , granola & Berry

Làm cho: 2

THÀNH PHẦN:

- 1 muỗng canh đường bánh kẹo
- ¼ chén granola ít chất béo
- 1 chén dâu tây thái lát
- 1 quả chuối
- Sữa chua Hy Lạp dứa không béo 12 ounce
- 2 muỗng cà phê nước nóng
- 1 muỗng ca cao, không đường

HƯỚNG DẪN:

a) Xếp ⅓ cốc sữa chua, ¼ cốc dâu tây thái lát, ¼ cốc chuối thái lát và 1 thìa granola vào ly parfait .

b) Kết hợp ca cao, đường bánh kẹo và nước cho đến khi mịn.

c) Mưa phùn trên mỗi parfait.

86. Việt quất đào giòn

Làm cho: 8

THÀNH PHẦN:

- 6 chén đào tươi, gọt vỏ và thái lát
- 2 chén quả việt quất tươi
- ⅓ chén cộng với ¼ chén đường nâu nhạt (để riêng)
- 2 muỗng canh bột hạnh nhân
- 2 muỗng cà phê quế , chia
- 1 chén yến mạch nấu nhanh
- 3 muỗng canh bơ thực vật dầu ngô

HƯỚNG DẪN:

a) Làm nóng lò ở nhiệt độ 350 độ F.

b) kết hợp quả việt quất Và đào trong một món nướng.

c) Kết hợp ⅓ cốc đường nâu, bột mì và 1 thìa cà phê quế .

d) Cho đào và việt quất vào trộn đều.
e) Trộn yến mạch, đường nâu còn lại và quế còn lại .
f) Cắt bơ thực vật cho đến khi vụn, sau đó rắc lên trái cây.
g) Nướng trong 25 phút s.

87. Kem bí đỏ không đường

Làm cho: 6

THÀNH PHẦN:

- 15 ounce bột bí ngô làm tại nhà
- ½ chén chà là, bỏ hạt và xắt nhỏ
- 2 lon (14 ounce) nước cốt dừa không đường
- ½ muỗng cà phê chiết xuất vani hữu cơ
- 1½ muỗng cà phê gia vị bánh bí ngô
- ½ muỗng cà phê bột quế

HƯỚNG DẪN:

a) Trộn tất cả các thành phần cho đến khi mịn.
b) F đóng băng cho đến 2 giờ .
c) Đổ vào máy làm kem và chế biến .
d) Đóng băng trong 2 giờ trước khi phục vụ.

88. tráng miệng trái cây đông lạnh

Làm cho: 6

THÀNH PHẦN:

- lon nước cốt dừa 14 ounce
- 1 chén dứa đông lạnh, rã đông
- 4 cốc lát chuối đông lạnh, rã đông
- 2 muỗng canh nước cốt chanh tươi
- chút muối

HƯỚNG DẪN:

a) Lót một đĩa soong thủy tinh bằng màng bọc thực phẩm.

b) Trộn tất cả các thành phần cho đến khi mịn.

c) Đổ đầy hỗn hợp vào đĩa hầm đã chuẩn bị.

d) Trước khi phục vụ, đóng băng trong khoảng 40 phút.

89. bánh pudding bơ

Làm cho: 4

THÀNH PHẦN:

- 2 chén chuối, bóc vỏ và xắt nhỏ
- 2 quả bơ chín, gọt vỏ và cắt nhỏ
- 1 muỗng cà phê vỏ chanh, bào mịn
- 1 muỗng cà phê vỏ chanh, bào mịn
- ½ cốc nước cốt chanh tươi
- ⅓ cốc mật ong
- ¼ chén hạnh nhân, xắt nhỏ
- ½ cốc nước cốt chanh

HƯỚNG DẪN:

a) B cho mượn tất cả nguyên liệu cho đến khi mịn.
b) Đổ mousse vào 4 ly phục vụ.
c) Làm lạnh cho 2 giờ trước khi phục vụ.
d) Trang trí với các loại hạt và phục vụ.

90. Soufflé dâu tây

Làm cho: 6

THÀNH PHẦN:

- 18 ounce dâu tây tươi, gọt vỏ và xay nhuyễn
- ⅓ cốc mật ong nguyên chất
- 5 lòng trắng trứng hữu cơ
- 4 muỗng cà phê nước cốt chanh tươi

HƯỚNG DẪN:

a) Làm nóng lò nướng của bạn ở nhiệt độ 350ºF.

b) Trong một cái bát, kết hợp hỗn hợp dâu tây xay nhuyễn, 3 thìa mật ong, 2 protein và nước cốt chanh, trộn đều cho đến khi mịn và sáng.

c) Trong một bát khác, thêm các protein còn lại và đánh cho đến khi mịn.

d) Trộn trong mật ong còn lại .

e) Nhẹ nhàng khuấy Protein vào hỗn hợp dâu tây.

f) Chuyển đều hỗn hợp vào 6 khuôn ramekin và lên khay nướng.
g) Nấu trong khoảng 10-12 phút.
h) Lấy ra khỏi lò và phục vụ ngay lập tức.

91. Brownies Zucchini cay

Làm cho: 20

THÀNH PHẦN:

- 1½ cốc zucchini, nạo
- 1 cốc chip sô cô la đen
- 1 quả trứng
- 1 chén bơ hạnh nhân
- ⅓ cốc mật ong nguyên chất
- 1 muỗng cà phê bột nở
- 1 muỗng cà phê bột quế
- ½ muỗng cà phê hạt nhục đậu khấu
- 1 muỗng cà phê chiết xuất vani

HƯỚNG DẪN:

a) Làm nóng lò nướng của bạn ở nhiệt độ 350ºF và cho khay nướng vào.

b) Kết hợp tất cả các thành phần trong một bát và p hỗn hợp của chúng tôi vào chảo đã chuẩn bị .

c) Nướng khoảng 4 0 phút.
d) Cắt thành hình vuông và phục vụ.

92. Bánh trong cốc

Làm cho: 1

THÀNH PHẦN:

- 3 muỗng canh bột hạnh nhân
- 1 quả chuối, nghiền
- ½ muỗng cà phê bột nở
- 1 muỗng canh đường hoa dừa
- ½ muỗng cà phê bột quế
- Một nhúm gừng xay
- Chút muối
- 1 muỗng canh dầu hạnh nhân, làm mềm
- ½ muỗng cà phê chiết xuất vani hữu cơ

HƯỚNG DẪN:

a) Trong một đĩa trộn, kết hợp tất cả các thành phần và khuấy kỹ.

b) Chuyển sang cốc an toàn với lò vi sóng.

Lò vi sóng ở công suất cao trong khoảng 2 phút.

93. Kem chanh mâm xôi

Làm cho: 6 phần ăn

THÀNH PHẦN

- ½ chén quả mâm xôi
- ¼ cốc kem béo
- Nước cốt ½ quả chanh
- 20 giọt Stevia lỏng
- ½ muỗng cà phê Guar Gum
- ¼ chén dầu dừa
- 1 cốc nước cốt dừa
- ¼ chén kem chua

HƯỚNG DẪN:

a) Xay nhuyễn tất cả nguyên liệu bằng máy xay sinh tố.

b) Trộn cho đến khi quả mâm xôi được kết hợp hoàn toàn với các thành phần còn lại.

c) Lọc hỗn hợp, đảm bảo rằng tất cả các hạt mâm xôi đã được loại bỏ.

d) Đổ hỗn hợp vào các khuôn.
e) Đóng băng kem ít nhất 2 giờ trước khi phục vụ.
f) Để lấy kem que ra khỏi khuôn, hãy tráng chúng dưới vòi nước nóng.

94. bánh nướng xốp cà rốt

Thực hiện: 24 phần ăn

THÀNH PHẦN:

- 2 ¼ cốc yến mạch kiểu cũ
- 1 chén bột mì nguyên chất
- ½ chén hạt lanh xay
- 2 thìa cà phê quế
- ½ thìa hạt nhục đậu khấu
- ½ muỗng cà phê baking soda
- ½ muỗng cà phê muối
- 1 cốc nước sốt táo không đường
- ½ chén mật ong hoặc xi-rô phong nguyên chất
- 1 trứng lớn
- 2 muỗng cà phê chiết xuất vani
- ¼ chén bơ không ướp muối, tan chảy
- 2 củ cà rốt vừa, nạo
- 1 quả táo lớn, nạo

HƯỚNG DẪN:

a) Làm nóng lò ở nhiệt độ 350 độ F.

b) Lót hai khay nướng bằng giấy da.

c) Kết hợp yến mạch, bột mì, hạt lanh, quế, nhục đậu khấu, muối nở và muối trong một đĩa trộn lớn.

d) Kết hợp nước sốt táo, mật ong, trứng và chiết xuất vani trong một bát trộn vừa. Đun chảy bơ và thêm vào hỗn hợp.

e) Kết hợp các thành phần ướt và khô bằng cách khuấy chúng lại với nhau. Trong một bát trộn lớn, kết hợp cà rốt và táo nghiền.

f) Múc bột lên khay nướng đã chuẩn bị sẵn và dàn phẳng bằng thước đo ¼ cốc.

g) Nướng trong 14-15 phút, hoặc cho đến khi có màu nâu nhạt và cứng lại. Cho phép làm mát trước khi phục vụ.

95. bánh tráng miệng đào

Thực hiện: 10 phần ăn

THÀNH PHẦN:

- ⅔ c up Splenda, dạng hạt
- ⅓ c đường
- 1 bột mì _
- 2 muỗng cà phê bột nở
- 1 c up sữa gầy
- Hai lon đào cắt lát 14 ounce được làm ngọt bằng Splenda
- 4 muỗng canh bơ thực vật nhẹ

HƯỚNG DẪN:

a) Trong đĩa nướng 9 x 13", làm tan chảy bơ thực vật.

b) Trong một cái bát trộn, trộn đều Splenda, đường, bột mì và bột nở.

c) Trộn trong sữa gầy cho đến khi kết hợp hoàn toàn.

d) Chấm phần bơ thực vật còn lại lên trên hỗn hợp trong đĩa nướng.
e) Đổ đào lên trên bột.
f) Nướng trong 30-35 phút ở 400°F.

sinh tố và nước trái cây

96. dưa hấu Smoothie

THÀNH PHẦN:

- Dưa hấu, thái lát
- đá bào
- Nước chanh

HƯỚNG DẪN:

a) Kết hợp các thành phần trong máy xay sinh tố.

97. chuối và dâu tây Sinh tố

Làm cho:2

THÀNH PHẦN

- 1 cốc sữa hạnh nhân
- 1 muỗng canh bơ hạnh nhân
- 2 muỗng canh xi-rô phong
- 2 quả chuối đông lạnh vừa
- 2 cốc dâu tây tươi

HƯỚNG DẪN

a) Cho tất cả các nguyên liệu vào cối xay sinh tố, bắt đầu với sữa hạnh nhân, sau đó là bơ hạnh nhân, xi-rô cây phong, chuối đông lạnh và dâu tây tươi.

b) Trộn cho đến khi rất mịn.

c) Đổ ra ly và dùng ngay.

98. Sữa hạnh nhân làm tại nhà

Làm cho: 4

THÀNH PHẦN:

- 1 chén hạnh nhân, ngâm
- 3 ngày
- ½ muỗng cà phê vani
- ¼ muỗng canh muối
- 4 ½ cốc nước

HƯỚNG DẪN:

a) Trộn hạnh nhân với chà là, tinh chất vani, muối và nước.

b) Thưởng thức

99. Rượu táo ăn liền

Làm cho: 12

THÀNH PHẦN

- 32 ounce rượu táo hoặc nước ép táo
- 1 muỗng canh quế hoặc 2 thanh quế
- 1 quả cam tươi
- 4 cây đinh hương
- đường nâu hoặc xi-rô cây thích

HƯỚNG DẪN

a) Nếu dùng nước ép táo, bạn sẽ muốn thêm nhiều gia vị hơn là dùng rượu táo đóng chai. Thêm theo khẩu vị của bạn.
b) Đổ lọ rượu táo của bạn vào nồi áp suất, đặt ở chế độ xào.
c) Nếu sử dụng bột quế xay cho đến khi hòa tan. Que quế chỉ nên được đặt bên trong.

d) Rửa sạch bên ngoài quả cam, cắt làm đôi và ấn 2 tép nguyên con vào mặt vỏ của mỗi nửa quả cam. Đặt cả hai nửa bên trong nồi.
e) Để chất lỏng sôi nhẹ trong khoảng 3-5 phút để tất cả các hương vị trộn lẫn. Tắt nồi khi nó đủ ấm cho khẩu vị của bạn. Nếm và điều chỉnh theo ý muốn: thêm đường nâu để tạo vị ngọt, để lại thanh quế để có vị đậm đà hơn.
f) Có thể nhấn nút warm để giữ ấm lâu hơn. Lấy cam ra nếu bạn chỉ muốn một chút hương vị đó hoặc nếu không thì hãy giữ chúng để tăng cường hương vị.

100. Trà dâu đen với quế và gừng

THÀNH PHẦN:

- 6 cốc nước
- 12 túi trà thảo mộc dâu đen
- 8 thanh quế
- 1 thìa gừng tươi nạo
- 1 cốc nước ép nam việt quất không đường
- Chất làm ngọt để hương vị
- Khối đá vụn

HƯỚNG DẪN:

a) Đun nóng nước trong một cái nồi lớn và trước khi bắt đầu đun sôi, cho túi trà, 2 thanh quế và gừng nạo hoặc thái nhỏ vào.

b) Lấy ra khỏi nhiệt, đậy nắp và sau đó để yên trong khoảng 15 phút.

c) Cho hỗn hợp trà quế và trà gừng qua rây mịn rồi cho vào lọ.

d) Thêm chất tạo ngọt cho vừa ăn, trộn đều và để nguội.

e) Phục vụ trong ly cao với đá vụn và trang trí bằng thanh quế.

PHẦN KẾT LUẬN

Cuốn sách nấu ăn này sẽ trang bị cho bạn hơn 100 công thức nấu ăn hấp dẫn để tiếp sức cho hoạt động của bạn. Cho dù bạn đang tập luyện cho một cuộc chạy marathon, bán marathon, một sự kiện chạy cự ly siêu xa hay chỉ đang tìm cách cải thiện thời gian chạy parkrun của mình, những gì bạn ăn và uống sẽ tạo nên sự khác biệt.

Sau khi thi đấu hoặc tập luyện, vận động viên phải ăn uống để hồi phục nhanh chóng. Ăn nhẹ để phục hồi là một cách hữu ích trước khi có thể tiếp tục ăn uống bình thường.

www.ingramcontent.com/pod-product-compliance
Lightning Source LLC
LaVergne TN
LVHW010942061026
849535LV00007B/2526
* 9 7 8 1 7 8 3 5 7 3 9 1 2 *